AF368446

వాల్మీకి రామాయణం

చారిత్రక దృక్కోణం

రచయిత

డాక్టర్. పామిరెడ్డి దామోదరరెడ్డి

ALL RIGHTS RESERVED

in any form by any means may it be electronically, mechanical, optical, chemical, manual, photo copying, recording without prior written consent to the Publisher/ Author.

Valmiki Ramayanam
Charitraka Drukonam

Author: Pamireddy DamodaraReddy

ISBN (Paperback): 978-81-960876-8-5

ISBN (E-Book): 978-81-960876-7-8

Print On Demand

Copy Right: Kasturi Vijayam

Ph:0091-9515054998

Email: Kasturivijayam@gmail.com

Book Available

@

Amazon, flipkart, Google Play, ebooks, Rakuten and KOBO

అంకితం

నానా పాట్లు పడి నన్ను పెంచి పోషించి విద్యావంతుని చేసిన మాతృ మూర్తి కీ.శే. పామిరెడ్డి రామసుబ్బమ్మ, నా బాల్యాన్నే తప్పా, నా వికాసాన్ని చూడకుండానే, స్వర్గస్తులైన మా తండ్రి కీ.శే. పామిరెడ్డి హనుమంతరెడ్డి గారి దివ్యస్మృతికి ఈ చిరు పొత్తం అంకితం.

కీ.శే. పామిరెడ్డి హనుమంతరెడ్డి   కీ.శే. పామిరెడ్డి రామసుబ్బమ్మ

నామాట

వాల్మీకి రామాయణం – చారిత్రక దృక్కోణం అనే అంశంపై పరిశోధన చేయడానికి 2004 వ సంవత్సరం లోనే బీజం పడింది. చరిత్ర – చారిత్రక రచనల పట్ల నాకున్న ఆసక్తి తో రెండు చారిత్రక రచనలు చేశాను. ఈ పరంపర తోనే రామాయణంపై దృష్టి పెట్టాను. రామాయణ సంస్కృతికి అనుకూలంగా ఉన్న సాహిత్యం, వ్యతిరేకంగా ఉన్న సాహిత్యం రెండింటిని అధ్యయనం చేయడం ప్రారంభించాను. ఒకరికి కల్పవృక్షంగా ఉన్న రామాయణం మరొకరికి విష వృక్షంగా మారడం, కొందరికి యదార్థమనిపించే రామ కథ మరికొందరికి కల్పనగా కన్పించడం రాముని ఆరాధించే వాళ్లు, రాముని ద్వేషించేవాళ్లు – ఇలా ఎన్నో అంశాలు ఆకట్టుకున్నాయి. రామాయణం అనేది ఓ పుస్తకంగా కన్పించలేదు. అది ఓ సంస్కృతిగా గుర్తించాను. ఆ సంస్కృతి, దాని విశిష్టతను దెబ్బతీయడానికి స్వదేశీ, విదేశీ శక్తులు చేస్తున్న దాడులను గమనించాను. రామాయణం యొక్క చారిత్రకతను గుర్తించాను. అందులోని వాస్తవాల్ని సామాజిక, రాజకీయ స్వరూపాన్ని పాఠకులకు అందించాలన్న సదుద్దేశంతో ఈ గ్రంథ రచనను ప్రారంభించాను.

రాళ్లపై రాతలు కన్పించవు కాని శిలలపై రామకథా శిల్పాలు అనేకం కన్పిస్తాయి. తవ్వకాలలో రామాయణం కాలం నాటి మట్టి పాత్రలు లభించలేదు కాని ప్రతి భారతీయుని గుండెలు తవ్వితే రాముడే కన్పిస్తాడు. అక్కడక్కడ రాజులు వేయించిన రామటెంకెలు (నాణ్యాలు) రామచరిత్రకు ఆధారాలుగా నిలవక పోయినా, భారతీయ సమాజంలో అనాదిగా రామకథా సంబంధిత నామాలు (పేర్లు) అంతటా కన్పిస్తాయి.

ఈ కోణంలోనే రాముడి చారిత్రకతను నిరూపించే ప్రయత్నం చేశాను. ఎన్నో అంశాలు నేటికి చిక్కు వీడని ప్రశ్న. పురావస్తు శాఖ నిరూపించనూలేదు. పాశ్చాత్య దృక్పథంతో రాయబడ్డ భారత చరిత్రను విస్మరించి స్వచ్ఛమైన భారతీయ చారిత్రక తత్వాన్ని నిరూపించాల్సిన అవసరం ఎంతైనా ఉంది. వేదసరస్వతి కల్పన అన్నారు. ఆ నది ఆనవాళ్లు కన్పించాయి. ఆర్యులు విదేశీయులని వారు భారతదేశంపై దండెత్తి వచ్చారన్న అబద్ధపు మాటల్ని చరిత్ర పుటలో ఇరికించారు. ఇప్పుడిప్పుడే సర్దుకుంటూ దండయాత్ర కాదు వలస వచ్చారన్న మరోవాదన తీసుకొచ్చారు. రామాయణంపై జరుగుతున్న దాడులు ఇలాంటివే. రెండు చిన్న ప్రాంతాల్లో చిన్నజాతుల మధ్య జరిగిన కొట్లాట అని చెప్పేవాళ్లు, ఇంత చిన్న చారిత్రక అంశం ఆసియా ఖండమంతటా ఎలా ప్రసిద్ధి పొందింది అని ఆలోచించక పోవడం శోచనీయం.

ఒక వేళ రామాయణం జరిగి ఉన్నా, అది అంతా ప్రాచీనమైంది కాదు. అది లోహాయుగం తరువాత జరిగింది. ఇందులో లోహపు ఆయుధాలు, పార లాంటి వస్తువులు ఉన్నాయి కాబట్టి ఇనుప యుగం తరువాతే జరిగింది. బంగారు, వెండి గురించి తెలిసిన సింధు నాగరికత ప్రజలకు ఇనుము గురించి తెలియదని వాదించే వాళ్లు ఉన్నారు.

ఇతిహాసాలు మానవాళికి అత్యంత విలువైన శాస్త్రీయజ్ఞానాన్ని అందిస్తున్నాయి. ఈ ఇతిహాసాలపై విశ్వాసం ఏర్పడడానికి వాటిలో జరిగిన సంఘటనల్ని నిరూపించాలి. తద్వారా అవి ఊహాత్మక సంఘటనలు కాకుండా చారిత్రక సంఘటనలుగా మార్చబడతాయి. ఈ ప్రయత్నంలో ఖగోళ, జీవావరణ, వేదాంత, పురావస్తు, అంతరిక్ష, మానవశాస్త్రం పరిశోధకులు ఆధునిక వైజ్ఞానిక శాస్త్రాల ద్వారా నిరూపించడానికి పూనుకోవడం సంతోషించదగ్గ పరిణామం.

ఆగ్నేయ ఆసియా అంతటా ప్రసిద్ధిగాంచిన రామాయణం కల్పనా? అనే ప్రశ్న గురించి భారతీయులెవరూ ఆలోచించరు. రామాయణం దైవికం. రాముడు దేవుడు. అందువల్ల దాన్ని గురించి ఎవరేమన్నా పట్టించుకోరు. భారతీయ జన్మత్యాన్ని దెబ్బతీసే శక్తులు వేదాలపైన ఇతిహాసాలపైన, పురాణాలపైన చిమ్మే విషపూరిత వ్యాఖ్యలు వారి మానసిక రుగ్మతకు నిదర్శనం. సగటు భారతీయుడెవ్వరికి వేద, ఇతిహాస, పురాణ సాహిత్యాల్ని పరిచయం చేయకుండా, ఆంగ్ల సాహిత్యాన్ని అతిపెద్ద సాహిత్యంగా భూతద్దంలో చూపుతున్న పాలకులు. ఈ దేశ నాయకులుగా ఉండడం భారతీయుల దురదృష్టం.

ఇక్కడ మతాల గురించి, మతశక్తుల గురించి చర్చించడం లేదు. భారతీయ ప్రాచీనతను ప్రజలకు పరిచయం చేయడం ద్వారా భారతీయ జాతి మానసిక బలాన్ని, విశ్వాసాన్ని పొందగలుగుతుంది. శిథిలమైన పురాతన కోటలలో తవ్వకాలు జరిపించి నిధులను సేకరించే వ్యక్తులు ఈ దేశ ప్రాచీన చరిత్రను వెలికి తీస్తారని ఆశించడం అతిశయోక్తి అవుతుంది.

ఇలాంటి ఆలోచనలు ఈ కావ్య నిర్మాణానికి ప్రేరణ. రామాయణ విశిష్టతో పాటు రాజకీయ, సామాజిక, భౌగోళిక అంశాల్ని పాఠకుల ముందుకు తేవడానికి ఈ చిన్న ప్రయత్నం చేశాను.

ఇందుకు సహకరించిన నాకుటుంబ సభ్యులకు, ప్రోత్సహించిన మిత్రులకు, ఈ రచన పూర్తి కావడానికి నా కలాన్ని పరుగు పెట్టించిన మిత్రుడు పామిరెడ్డి సుధీర్ రెడ్డి, పద్మజ దంపతులకు, నా హృదయ పూర్వక కృతజ్ఞతలు. ఈ పుస్తకానికి అందమైన చిత్రాల్ని లిఖించిన రూపశిల్పి మాధవరావు గారికి, ప్రత్యక్షంగా, పరోక్షంగా సహాయ పడిన అందరికి నా హృదయ పూర్వక కృతజ్ఞతలు.

— డాక్టర్. పామిరెడ్డి దామోదరరెడ్డి

ముందుమాట

రామాయణం అనేది ఓ సంస్కృతి. భారతీయులకు ఆరాధ్యగ్రంథం. వివిధ భాషలలో రాముని కథ ఆవిష్కృతమైంది. వివిధ ప్రాంతాల్లో రామాలయాలు వెలిశాయి. అంతే సంఖ్యలో ఆంజనేయునికి ఆలయాలు కట్టారు. ఈ గుళ్లు లేని ఊరు ఉండదు. ఇంతటి ప్రసిద్ధి పొందిన కావ్యం జరిగిన కథనా? లేక కల్పనా? అనేది అందర్ని ఆలోచింపచేసే అంశం. ఏ దేశంలోనూ కథలలో ఉండే పాత్రల్ని దేవుడిగా పూజించరు. ప్రాచీన కావ్యాలు చాలా ఉన్నాయి. అందులోని నాయకులను ఎందుకు గుర్తించడం లేదు. అవి కథలు, కేవలం విజ్ఞానం, వినోదం కోసం చదువుతున్నాం. రామాయణం అందుకు భిన్నమైంది. ఇందులోని కథ ఎప్పుడో ఒకప్పుడు జరిగింది. రాముడు దైవిక శక్తి, ఆదర్శ గుణాలతో ఉత్తమ వంశంలో జన్మించాడు. నీతినియమాలతో సమాజాన్ని నడిపించాడు.

వాల్మీకి, రాముని వంశవృక్షాన్ని, రాజరికాన్ని స్పష్టంగా పేర్కొన్నాడు. నేడు కన్పిస్తున్న ప్రాంతాలు ఆనాటి వాల్మీకి కావ్యంలో దర్శన మిస్తున్నాయి.

చాలా మంది రాజులు వచ్చారు, పోయారు. వీరి పేర్లు శాశ్వతంగా భూమిపై నిలబడలేదు. త్యాగధనులు, ఆదర్శవంతులైన చక్రవర్తుల పేర్లు మాత్రమే నిలుస్తాయి. ఈ సందర్భంలో పోతన పద్యం స్మరణకు వస్తుంది.

"కారే! రాజులు రాజ్యముల్ గలుగవే? గర్వోన్నతిం బొందరే?

వారేరి సిరి మూటగట్టుకొని పోవం జాలిరే? భూమిపై

భేరైనం గలదే? శిబి ప్రముఖులుం బ్రీతిన్ యశః కాములై

యారే కోర్కులు? వారలన్ మఱచిరే? యిక్కాలమున్ భార్గవా?"

రామాయణం ఇతిహాసం అని పిలవడంలోనే చరిత్ర వుంది. ఇది కల్పన అని అనుమానించడం భారతజాతిని అవమానించడమే. ప్రాచీన భారతదేశ భౌగోళిక స్వరూపాన్ని సంపూర్ణంగా అర్థం చేసుకుంటేనే రామాయణ స్వరూపం అర్థం అవుతుంది. కేవలం ఆర్యులైన రాముడు, అనార్యులైన రావణుని చంపాడు అని అనడంలోనే చారిత్రిక అంశాలు బహిర్గతమవుతున్నాయి. బలవంతులైన రావణుడిని రాముడు చంపడం ఆనాటి సమాజంలో ప్రకంపనలు రేపి ఉంటుంది. ఆ ప్రకంపనలు నేటి సమాజం వరకు వ్యాప్తి చెందుతునే ఉన్నాయి. అందుకే రాజైన రాముడు దేవుడైనాడు. రాజును నా విష్ణుఃపృథ్వీపతి అని భావించారు. రాముడు రావణ వధార్థమై అవతరించిన విష్ణువు. ఆర్యదేవుడైన ఇంద్రుని విష్ణువు స్థానంలోకి నిలిపే ప్రయత్నం కన్పిస్తుంది.

ఇంద్రస్యేహ చతుర్భాగః ప్రజారక్షణ రాఘవ

రాజా తస్మాద్వరాన్ భోగాన్ భుంక్తే లోక నమస్కృతః (అరణ్య – 1–18)

ఈ భూతల స్వర్గంలో ఇంద్రునివలె నాల్గవ అంశ అయిన రాజు ప్రజలను రక్షించును. కాబట్టి శ్రేష్ఠములైన భోగాల్ని అనుభవించు లోకులు అతనికి ప్రణమిల్లుతారు అని భావం. రాజు ప్రజారక్షణ కోసం ఎలాంటి కార్యమైన పాటించాలి. "సందేహించకూడదు" అని విశ్వామిత్రుడు చెబుతూ స్త్రీ అని చూడకుండా తాటకను చంపమని రాముడికి చెబుతాడు.

నృశంసమనృశంసం వా ప్రజారక్షణ కారణాత్

పాతకం పాప దోషం వా కర్తవ్యం రక్షతా సతా (బాల-25-17)

(రక్షకుడైన రాజు నీ ప్రజారక్షణ కారణంగా క్రూరం గాని, క్రూరం కానిదే కాని, పాపమేగాని, దోషమేకాని కర్తవ్యాన్ని అనుష్ఠించాల్సిందే).

ఈ అంశాన్ని రాముడు గుర్తించాడు. ప్రజా రక్షణ కోసం ఆయన చేసిన పనుల్ని అర్థం చేసుకోలేని మేధావులు అవి పెద్ద తప్పులుగా, విషవృక్షాలుగా చూపుతున్నారు. ప్రజారక్షణే రాజు కర్తవ్యం. అది చేయకపోతే అధర్మం చేసినవాడవుతాడు.

అధర్మస్తు మహాం స్తోతః భవేత్తస్యమహీపతే:

యోహరేధ్వలిష ద్యాగం నచరక్షిత పుత్రవత్ (అరణ్య 6-1)

(నాయనా! ఏ రాజు ఆరవ భాగం పన్ను గ్రహించి, ప్రజల్ని పుత్రులలాగా కాపాడడో, ఆరాజు గొప్ప అధర్మం పాలవుతాడు అని శరభంగ మహర్షి ఆశ్రమంలోని మునులు రామునితో అంటారు) లోక ధర్మాన్ని, వృత్తి ధర్మాన్ని ఒకే విధంగా చూడడం కుదరదు. రాముడి వృత్తి ధర్మం ప్రజాక్షేమం. పాలకుడిగా ప్రజల్ని కాపాడాలి. అందుకోసం లోక ధర్మాన్ని పక్కకు పెట్టాల్సి వస్తుంది. వాలి వధలో ఇదే కనిపిస్తుంది.

మంచి ఉపదేశాన్ని రాజు గ్రహించాలి. నీతి బాహ్యమైన పనులు చేయరాదు. ఇవి గ్రహింపని రాజు పాలనలో సుసంపన్నలైన రాష్ట్రాలు, నగరాలు నాశనం అవుతాయని సీత అంటుంది. (సుం-21-11)

ధర్మాదర్ధః ప్రభవతి ధర్మాత్రుభవేత్ సుఖమ్

ధర్మేణ లభితే సర్వం ధర్మసార మిదం జగత్ (అరణ్య-9-30)

ధర్మం వల్ల ధనం, ధనం వల్ల సుఖం కల్గుతుంది. ధర్మం వల్ల సకలం చేకూరుతుంది. ఈ ప్రపంచంలో ధర్మమే సారం అని రాముడితో సీత అనడంలో ధర్మస్థాపనకు ఆ ఆదర్శ దంపతులు కట్టుబడి ఉన్న వైనం స్పష్టమవుతుంది.

ఇలాంటి సూక్ష్మాతి సూక్ష్ములైన అంశాలను పరిశీలించి మా మిత్రుడు డా. పామిరెడ్డి దామోదరరెడ్డి ఈగ్రంథ రచన చేశారు. ఇందులోని అధ్యాయలు రామాయణ చారిత్రిక దృక్కోణాన్ని సూచించడానికి ప్రతిబింబాలుగా నిలుస్తాయి. వివిధ కాలాలలో వివిధ వ్యక్తుల ఆలోచనలతో రామాయణం స్వరూపం మారిపోయింది. అసలు వాల్మీకి రామాయణ పుస్తకం కంటే సంస్కరించబడ్డ ప్రతులు అధికంగా ఉన్నాయి. మార్పులు చేర్పులు జరిగాయి. జైన, బౌద్ధ మతసాహిత్యంలో రామయణానికి భిన్నమైన సాహిత్యం వచ్చింది. అందులోని పేరు ఊర్లు మారాయి. అయినా భారతీయులు వాల్మీకి కావ్యాన్ని మాత్రమే ఆదరించారు.

డా. పి. దామోదరరెడ్డి ప్రాచీనాంధ్ర కావ్యాలు – రాజనీతి అనే అంశంపై పరిశోధన చేస్తున్నప్పుడు రంగనాధ రామాయణం – అంగధ రాయ భారం అనే వ్యాసాన్ని రాశారు. అది 1991 లో భారతి మాన పత్రికలో ప్రచురించబడింది. డా. పి దామోదరరెడ్డి తో పాటు నేను కూడా శ్రీ కృష్ణ దేవరాయ విశ్వ విద్యాలయంలో, అనంతపురంలో ఎం.ఏ., పి.హెచ్.డి. చేశాను. మేమిద్దరం మంచి మిత్రులు కూడా. ఆయనలో ఉన్న పరిశోధనా దృష్టిని ప్రత్యక్షంగా చూసిన వాణ్ణి కాబట్టి ఈ రచన చాలా విలువైన రచనగా పేరు వస్తుందని ఆశిస్తాను.

ప్రాచీన సంస్కృతిని ఎంతగా అభిమానిస్తాడో, ఆధునిక భావజాలాన్ని అంతే ఇష్టంగా చదవడం గమనించాను. ఆ విషయాన్ని గురించి అడిగితే ప్రాచీన సంస్కృతి అర్థం చేసుకుంటే ఆధునిక సంస్కృతి వైపు అడుగులు పడతాయని అనేవాడు. రెండు విభిన్నమైన ఆలోచనల్ని సమదృష్టితో చూడడం డా॥. రెడ్డి గారిలో ఉన్న ప్రత్యేక గుణం.

చాలా సమస్యలు ఎదుర్కొంటున్నా ఈ గ్రంథాన్ని నిర్మించడానికి డా. పి దామోదరరెడ్డి సమయాన్ని కేటాయించడాన్ని చూస్తే ఆశ్చర్యం వేస్తుంది. ఒక మనిషి ఇన్ని విధాలుగా ఉంటాడా? అని అనిపిస్తుంది. వృత్తిరీత్యా అధ్యాపకుడు. సామాజిక రాజకీయ అంశాలంటే ముందుంటాడు.

ఇలాంటి వ్యక్తి చేతిలో రూపుదిద్దుకున్న వాల్మీకి రామాయణం చారిత్రిక దృక్కోణం అనే ఈ కావ్యం పాఠకుల హృదయాలను ఆకర్షిస్తుందని ఆశిస్తున్నాను. ఆయన నుండి ఇంకా విలువైన సాహిత్యం సమాజానికి అందాలని, ఆశక్తిని భగవంతుడు ఆయనకు ప్రసాదించాలని కోరుకుంటున్నాను.

బుధజన విధేయుడు

డా. కె. రాములు గౌడ్, ఎం.ఏ., పి.హెచ్. డి.

(విశ్రాంత ఉద్యోగి)

(టి.టి.డి ధర్మాచార్య HBPP)

హైదరాబాద్, తెలంగాణ రాష్ట్రం.

వాల్మీకి రామాయణం

మొదటి అధ్యాయం

రామాయణ విశిష్టత

రామాయణం – విశిష్టత

భారతీయ సమాజంపైన, వారి సంస్కృతిపైన నాటి నుండి నేటి వరకు అవిచ్చిన్నంగా క్రియాత్మకమైన ప్రభావాన్ని చూపిన కావ్యం వాల్మీకి రామాయణం. ప్రథమ భారతీయ ఇతిహాసం. వేద సంస్కృతికి ప్రతిరూపం. ఆది కావ్యం. వాల్మీకి ఆదికవి. ఉద్వేగ భరితమైన రామకథను గానామృతం తో నింపిన వాల్మీకి మహర్షి గొప్ప మానవతావాది. మార్గదర్శకుడు.

భారతీయుల సంస్కృతి, సంప్రదాయాలు, రాజకీయ, సాంఘిక పరిస్థితులు రామాయణ కావ్యంలో సజీవంగా చిత్రించబడ్డాయి. కాబట్టి వాల్మీకి మహర్షి ఆర్య సంస్కృతి లోని ఉత్తమమైన ఒక గొప్ప యుగాన్ని రామాయణ కావ్యం ద్వారా సజీవంగా నిలపగలిగాడు.

ఈలోకంలో తల్లి, తండ్రి, కుమారులు, అన్నదమ్ములు, భార్య, సేవకులు ఎలా ఆదర్శంగా ఉండాలో తెలిపిన మహాకావ్యం రామాయణం. రామాయణం అంటే రామ, ఆయనం అనే రెండు పదాల కలయిక. ఆయనం అంటే మార్గం. రాముడు నడిచింది ధర్మమార్గం. అందుకే రాముడి మార్గం లోకానికంతా అనుసరణీయమైంది. అదే రామాయణం.

వాల్మీకి రామాయణం లో 24,000 శ్లోకాలున్నాయి. ఏడు కాండలుగా, 500 సర్గలుగా విభజింపబడింది. అనుష్టుప్ ఛందస్సులో రాయబడింది.

రామాయణం అనేక దశలుగా అభివృద్ధి పొందింది. దీని పురాతన ప్రతి క్రీ. పూ. 11 వ శతాబ్దానికి చెందిందని చరిత్రకారుల అభిప్రాయం.

క్రీ.పూ. 4, 5, శతాబ్దాలకు ప్రస్తుత రూపానికి వచ్చింది. లభించిన కొన్ని రామాయణ ప్రాచీన ప్రతులలో ఐదుకాండలు మాత్రమే ఉన్నాయి. కొన్నింటిలో బాల, ఉత్తరకాండలు లేక పోవడంతో పండితులలో సందిగ్ధత నెలకొంది. ముఖ్యంగా పాశ్చాత్య పండితులు ఆ రెండుకాండలు అవాల్మీకములని, తరువాత కాలంలో వాల్మీకి రామాయణంలో చేర్చబడ్డాయని భావించారు.

రామాయణం అనే పేరు వాల్మీకి రచనకే పూర్తిగా వర్తిస్తుంది. మిగిలినవారు రచించిన రామాయణాలు అనేకం ఉన్నాయి. అవన్నీ కేవలం రామకథలు, రామచరితలు మాత్రమే.[1] ప్రపంచ సాహితీ చరిత్రలోనే రామాయణంపై వచ్చిన విమర్శలు, పరిశోధనలు, అనుకరణలు మరే ఇతర కావ్యాలపై రాలేదని గుర్తుంచుకోవాలి.

వాల్మీకి మహర్షి ఉన్నతమైన గుణసంపన్నుడి గురించి కావ్యాన్ని రాయాలనుకున్నాడు. అదేవిషయం గురించి నారదుని అడిగాడు. నారదుడు చెప్పిన కథనే బ్రహ్మ ఆమోదించాడు. అంతే వాల్మీకి కావ్య రచనకు చక్కటి ప్రణాళిక ఏర్పరచుకొని ఇక్ష్వాకు వంశస్థుడైన రాముని కథను ఇతివృత్తంగా స్వీకరించి కావ్య రచన చేయాలనుకున్నాడు.

"రామాయణం ఆది కావ్యంగా, వాల్మీకి ఆదికవిగా చరిత్ర అస్పష్టంగా ఉన్నప్పుడు సాహిత్యకారులు భావించారు. కాని నిజానికి భారతం ముందు, ఆ తరువాత రామాయణం ఆవిర్భవించాయి. ఈ రెండు ఇతిహాసాలు ఏదో ఒక కాలంలో అకస్మాత్తుగా సంపూర్ణ స్వరూపం పొందలేదు. భారతానికి వ్యాసుడు, రామాయణానికి వాల్మీకి మాత్రమే కవులుకారు. అవి నిజానికి ఆర్య కర్తృకాలు. కొన్ని శతాబ్దాల పాటు రూపు దిద్దు కుంటూ వచ్చాయి."[2]

"రామాయణం ఐదు భిన్న రచనాదశలను కలిగి వుంది. నేటి సంపూర్ణ రూపంలోకి రావడానికి క్రీ.పూ.500 సంవత్సరం నుండి క్రీ.శ.1200 మధ్య కాలం వరకు అవసరమైంది."[3] రామాయణం యొక్క 6 వ॥ మాన్యుస్క్రిప్ట్ ని కోల్ కత్తా లోని ఏషియాటిక్ సొసైటి లైబ్రరి లో కనుగొన్నట్లు 18 డిసెంబర్ 2015 నాటి టైమ్స్ ఆఫ్ ఇండియా నివేదిక పేర్కొంది.[4]

సచ్చీలతో కూడుకున్న ఒక యోధుని ఈ లోకానికి మార్గ దర్శకుడిగా చేయడమే వాల్మీకి తన కర్తవ్యంగా భావించాడు. వాల్మీకి రాముడిని భగవంతుడిగా చిత్రీకరించలేదని కొందరు వాదిస్తారు. రామాయణం పూర్తిగా అవగతం చేసుకున్నవారికి రాముడు సాక్షాత్ భగవత్ స్వరూపుడే అని అర్థం అవుతుంది.

సహీ దేవై రుదిరస్య రావణస్య వదార్ధిభిః
ఆర్థితో మానుషే లోకే జచ్చే విష్ణు స్నాతనః

సనాతనుడైన నారాయణుడే రావణ వధకై దేవతలు ప్రార్థించగా ఈ భూలోకంలో అవతరించాడు– అని వాల్మీకి స్పష్టంగా చెప్పాడు.

వాల్మీకి మహర్షి ఆదర్శవంతులైన సీతారాముల కథను రామాయణ కావ్యంగా సృష్టిస్తే, లోకం ఆ సీతారాములకు అడుగడుగునా గుళ్ళుకట్టి భక్తి తో పూజిస్తున్నారు.

వాల్మీకి పూర్వం మౌఖికమైన వేదసాహిత్యం మాత్రమే కన్పిస్తోంది. లభించిన ఆధారాలు బట్టి వాల్మీకి కూర్చిన రామాయణం మొట్టమొదటి కావ్యంగానూ, వాల్మీకిని ఆదికవిగానూ గుర్తించారు. మౌఖికమైన వేదసాహిత్యాన్ని జానపద సాహిత్యం అని అనలేం. అది ఛందోబద్ధంగా మంత్రయుక్తంగా ఆలపించబడే సాహిత్యం కాబట్టి అది పండిత మహర్షుల సృష్టి అని గుర్తించాలి.

వాల్మీకి రామాయణానికి మూలం జానపదాంశాలతో కూడిన రాముని కథ అయి వుంటుంది. ఒక చారిత్రక వీరపురుషుణ్ణి కథారూపంలోనో, గేయరూపంలోనో ప్రజలు స్మరించు

కుంటారు. చాల కావ్యాలు ఇలాంటి జానపద మూలాల్ని అనుసరించి రాయబడ్డాయి. ఇలాంటి మూలాలు రామాయణంలో ఉండడం వల్లనే ఇది సజీవ కావ్యమైంది. ముందుగానే పరిచయమైన కథ కాబట్టి ప్రజలకు సులభంగా అర్థమైంది. ఇక్కడ ఇంకో ప్రశ్న ఉత్పన్నమవుతుంది. ఆర్యుల భాష సంస్కృతం. ఈ దేశ ప్రజలంతా ఆర్యులు కాదు. వారి భాష సంస్కృతం కాదు. మరి రామాయణం లోక ప్రియం ఎలా అయిందనీ? ప్రజా భాష సంస్కృతం కాదు కాబట్టి వారి వారి స్థానిక భాషలలో రామకథ జానపద రూపంలో వ్యాప్తిచెందిందనే వాస్తవాన్ని అంగీకరించాలి. ఈ కథా వ్యాప్తిని గుర్తించాడు కాబట్టే ఈ రామాయణాన్ని వాల్మీకి మహర్షి శాశ్వత కీర్తిని పొందేలా రూపొందించాడు. ఆ రోజుల్లో పరంపరాగతంగా, అనుశ్రుతంగా వచ్చిన కథల్ని చెప్పుకునేవారు. ఇలాంటి కథల్ని విశ్వామిత్రుడు రామునికి చెప్పడం కనిపిస్తుంది.

> "కథాభి రభి రామాభి రభిరామా న్యపాత్మజే
>
> రమయా మాస ధర్మాత్మా కేశికో ముని పుంగవ: (1–23,22)
>
> గతోర్ధ రాత్ర: కాకుత్స కదా: కదయతో మమ (1–34–14)

కావ్యానికి పద్యాత్మకమైన శైలి సమకూర్చడం వల్ల వాఙ్మయ అభివ్యక్తీకరణ రంగంలో వాల్మీకి నూతన విప్లవాత్మకమైన మార్పును సృష్టించాడు. శ్లోక బద్ధమైన వ్యాఖ్యాన శైలి లో కావ్యానికి ఎంతో ఇంపు,సొంపు సమకూర్చి అన్ని వర్గాల ప్రజలకు రామాయణ కావ్యంపై ప్రియత్వాన్ని కల్గించ గలిగాడు.

ప్రతీజాతి, మతం, భాష వాల్మీకి రామాయణాన్ని తమకు అనుకూలంగా మలుచుకున్నారు. వాల్మీకి మహర్షి చెప్పని విషయాన్ని చేర్చారు.వారు రామకథ కంటే భిన్నమైన కథల్ని సృష్టించారు. సాహిత్యాన్ని ఎన్ని కోణాల్లో ప్రదర్శించవచ్చో అన్ని కోణాల్లో రామకథ రచనా ప్రవాహాన్ని కొనసాగించారు. వాళ్లకి రామాయణం ఓ కావ్యం కాదు.ఓసాహితీ సంస్థ. ఈ సంస్థ ప్రపంచ వ్యాప్తంగా రామాయణ సాహితీ ప్రవాహాన్ని భిన్నమైన రామ కథలను సృష్టించింది.

వైదిక సాహిత్యాన్ని చాల కఠినమైన పద్ధతులలో భద్రపరిచినా వాల్మీకి రామాయణ విషయంలో అది జరగలేదు. అందుకే ఇందులో మార్పులు చేర్పులు జరిగాయి. ఈ కావ్య కథ భారతఖండంలోని అన్ని మూలలకు విస్తరించింది. అందుకే ఈ కథలో మార్పులు, చేర్పులతో లేదా స్థానిక సంస్కృతి సంప్రదాయాలతో మార్చివేశారు. వేదసాహిత్యం లాగానే వాల్మీకి రామాయణం కూడా మౌఖికంగానే చాల కాలం వరకు కొనసాగిందని, ఆతరువాతే రాత ప్రతులు వచ్చాయని కాంత మంది భావిస్తున్నారు. వాల్మీకి తన రామాయణాన్ని లవకుశల ద్వారా సభలో చదివించకుండా గానం చేయడాన్ని ఉదహరిస్తున్నారు.

చాలా మంది విదేశీ పండితులు రామాయణం పై పరిశోధనలు చేశారు. వివిధ రచనలుచేశారు. అలాంటి వారిలోచాల మంది రామాయణంలోని లోపాల్ని ఎత్తి చూపడమో, లేదా

రామాయణ సంస్కృతిని కించపరచడమో చేశారు. విదేశీయత పై మోజు పెంచుకున్న స్వదేశీ పండితులు గుడ్డిగా వారిని అనుకరించారు. సింధు, ఆర్య నాగరికతలపై ఎలాంటి విషప్రచారాలు చేశారో, అలాంటి ప్రచారాన్నే భారతీయ ఇతిహాసాలపై చేయడానికి ప్రయత్నించారు.

భారతీయత వ్యతిరేక వాదులైన కొందరు పాశ్చాత్యుల వాదనల్ని ఇప్పటికీ ప్రచారంచేస్తూనే ఉన్నారు. సింధు నాగరికత కాలంలో విలసిల్లిన నగరాలు కాల గర్భంలో కలిసిపోయినా, ఆ నాగరికత ఆర్య నాగరికతతో సమ్మిళితమై ఉజ్వలంగా విలసిల్లుతోందన్న విషయాన్ని గుర్తించాలి. 'ఆర్యుల చొరబాటు'అనే సిద్ధాంతాన్ని సృష్టించి ఆర్యులు విదేశీయులు అని కంఠోక్తిగా ఆలపించే వాళ్లు ప్రాచీన భారతదేశ స్వరూపాన్ని, విస్తీర్ణతను పరిగణలోకి తీసుకోవడం లేదు. వేదాల్లో చాల సార్లు ప్రస్తావించబడ్డ సరస్వతి నది ఉనికి తెలియడంతో ఇలాంటి వాళ్లంతా ఉలిక్కి పడుతున్నారు.

ఎవరు ఎన్ని విధాలుగా ప్రచారం చేసినా రామాయణాన్ని పరమ పవిత్ర భక్తి వేదంగా పఠించి పారాయణం చేసి పరవశించి తరించిన వారుచాలా మంది ఉన్నారు. దాన్నిమహోత్కృష్టమైన కావ్యంగా అధ్యయనం చేసి పులకించిపోయిన వాళ్లు, ఒక గొప్పకథగా మాత్రమే చదివి కథాకౌశలానికి ముగ్ధులైపోయిన వాళ్లు, ఇలా వివిధ కోణాల్లో రామాయణ రహస్యాల్ని బహిర్గత పరిచే ప్రయత్నాలు చేశారు. చేస్తున్నారు. అంచేతనే రామాయణంఈ జాతి హృదయ స్పందన, మానవ జీవితానికి చుక్కాని.

కూజంతం రామరామేతి మధురం మధురాక్షరమ్ |

ఆరుహ్య కవితా శాఖం వందే వాల్మీకి కోకిలమ్ |

(కవిత్వం అనే చెట్టు కొమ్మనెక్కి రామ రామా! అనే అక్షరాన్ని మృదు మధురంగా పలుకుతుండే వాల్మీకి అనే కోకిలకి నమస్కారం)

కోకిల వసంతంలోనే గానం చేస్తుంది. వాల్మీకి అన్ని కాలాలలోను రామ గానం చేశాడు.

వాల్మీకి

వాల్మీకి చరిత్ర

శోకాన్ని శ్లోకంగా మలచిన గొప్ప మానవతావాది వాల్మీకి. బ్రహ్మజ్ఞాని, బ్రాహ్మణుడు, పూజ్యుడు, మహర్షి, ఋషి, ఋషి పుంగవుడు, తపస్వి, ఆదికవి, ఋక్షకుడు, భార్గవుడు, కవికోకిల, వాక్యవిశారదుడు, భగవాన్ అనే విశేషణాలు వాల్మీకికి ఉన్నాయి. వాల్మీకి తన గురించి విపులంగా చెప్పుకోనప్పట్టికి రేఖామాత్రంగా పేర్కొన్నాడు.

సీతాదేవిని రాముడికి అప్పచెబుతున్న సమయంలో రామా నేను ప్రాచేతసుడను. ప్రచేతసుడి ఏడవ పుత్రుడిని. వేల సంవత్సరాలు తపస్సు చేసి, ఎలాంటి పాపంకాని, అబద్ధం కాని ఆడని మహర్షిని. సీత పరమపతివ్రత. నిన్ను తప్ప ఇతర పురుషుడిని ఎరగనిది. నామాట నమ్ము. సీతను ఏలుకో అనే సందర్భంలో తన పేరు ప్రాచేతసుడని వాల్మీకి నిజాయితీగా చెప్పుకున్నాడు. 'చత్రే ప్రచేతసః పుత్రః'అని అనడం వల్ల ప్రచేతసుని కొడుకు కాబట్టి ప్రాచేతసుడయ్యాడు.

"వేద వేద్యే పరే పుంసి జాతే దశరథాత్మజే

వేదః ప్రాచేతసా దాసీత్సా క్షొద్రామాయణాత్మనా"

వేద వేద్యుడైన పరమ పురుషుడు దశరథుని కుమారుడైన రాముడిగా అవతరించగా, ప్రాచేతసుని ద్వారా వేదం సాక్షాత్తు రామకథగా అవతరించబడింది అని అనడం వల్ల వాల్మీకికి ప్రాచేతసుడనే పేరున్నట్లు తెలుస్తోంది.

ప్రచేతసుల గురించిన ప్రస్తావన వేద వ్యాస విరచితమైన శ్రీమద్భాగవత పురాణంలో కన్పిస్తుంది. చతుర్థ స్కందంలో త్రయోదశోధ్యాయంలో విదుర ఉవాచ ద్వారా విశదమవుతుంది.

"కేతే ప్రచేతసోనామకస్య పత్యాని సుప్ర

కస్యా న్వవాయే ప్రఖ్యాతాః కుత్రవాసత్రామాసత"

గొప్ప భగవత్ భక్తిని కల్గిన ఆచార్యవర్య ప్రచేతసులు చేయుచున్న సత్రయాగంలో నారదుడు గానం చేసారని చెప్పారు గదా! ఆ ప్రచేతసులు ఎవరు? వారెవరి కుమారులు? ఎవరి వంశంలో ప్రసిద్ధి పొందారు? అని విదురుడు ప్రశ్నిస్తూ ఇంకా మైత్రేయునితో ఇలా అంటాడు.

"స్వధర్మశీలై: పురుషైర్భగవాన్ పురుషోత్తమః

ఇజ్యమానో భక్తిమతా నారాదేసేరితః కిల"

క్షత్రియులైన ప్రచేతసులు, తమతమ ధర్మాలచే శ్రీహరిని యజ్ఞ యాగాదులచే పూజించారు. అచ్చటికి వచ్చిన నారదుడు, యజ్ఞ యముడు పురుషోత్తముడైనవిష్ణువు గురించి ఉపదేశించారని విన్నాం.

ఇక్కడ ప్రచేతసులు అంటే విష్ణు భక్తులైన క్షత్రియులు. వీరికి విష్ణువు గురించి, యజ్ఞయాగాదులగురించి నారదుడు ఉపదేశం చేశాడు. ప్రచేతసుడికి పది మంది ప్రాచేతసుల

జననం గురించి వివరించబడ్డాయి. వారిలో 7వ వాడు వాల్మీకి మహర్షి.క్షత్రియ వంశంలో జన్మించిన ప్రాచేతసులు తరతరాలుగా శ్రీహరిపై ఉన్న భక్తి విశ్వాసాలు వాల్మీకిని మహర్షిగా మార్చివేశాయి. అయితే వాల్మీకిపై నిరాధార కట్టుకథలు వ్యాప్తి చెందాయి.

వాల్మీకిని కిరాతుడు అనే ప్రచారం జరిగింది. వాల్మీకి తన మొదటి దశలో కిరాతుడని, సప్తరుషులచే ఋషిగా పరివర్తన పొందాడనే ప్రచారంలో ఉన్న కథ వినడానికి ఉత్కంఠభరితంగా ఉండవచ్చు. కానీ తగిన చారిత్రక ఆధారాలు లేవు. జీవితాన్ని గూర్చి సంపూర్ణ అవగాహన కలిగి, శాస్త్రీయ దృక్పథంతో రసజ్ఞ సౌందర్యాన్ని కవితామయంగా మేళవించిన వ్యక్తిని గూర్చి అలా చెప్పడం భావ్యం కాదు. వాల్మీకి కిరాతుడు అనే కథ బహుళ ప్రచారంలో ఉన్నందున ఆదృక్పథంతోనే చూస్తున్నారు.(5)

కిరాతుడు అనే పదానికి 'తురాయి'అనే అర్థం. నెమలిపించం లేదా ఆ ఆకారంలోని ఆకులు, పువ్వులు, ఈకలు తల ముందు భాగంలో కట్టుకొని తలపాగ వలె ధరించిన వాడు. 'కి' అంటే కలిగి అని, 'రాతుడు' అంటే తురాయి వాడు అని అర్థం.

వాల్మీకి శబ్దం చీమల పుట్ట అనే అర్థానికి కఠోరధ్యానానికి, నిశ్చల తపో ముద్రకు ప్రతీక. అలాంటి తపో ఫలితమే వాల్మీకి మహాకవి.

కిరాతుడు ఋషిగా పరివర్తన చెంది ఉండవచ్చు. నిరంతర తపస్సు, అధ్యయనం,సత్ప్రవర్తనల ఫలితంగా ఆయన మహర్షిగా ఆవిర్భవించిఉండవచ్చు.

వాల్మీకిని భార్గవుడు అని అంటారు. అంటే భృగు వంశస్తుడని అర్థం. వాల్మీకి అసలు పేరు అగ్ని శర్మ అని, అతడి తండ్రి ప్రచేతసుడు. ఇతనికి మరోపేరు సుమలీ. ఇతడు భృగు వంశం వాడు వాల్మీకి చిన్న తనంలో తండ్రి దగ్గర నుండి అడవిలో తప్పిపోయి బోయవానికి దొరికాడని ఉత్తర భారత దేశంలో ప్రచారంలో వుంది.

వాల్మీకి గురించి ఒక కథ ప్రచారంలో వుంది.

బ్రహ్మ స్వర్గానికి వెళ్ళినప్పుడు రంభాది అప్సరసలు ఎదురుగా వచ్చారు. వారిని చూచిన అతనికి రేతః పతనమైంది. బ్రహ్మ దాన్ని మట్టితో కప్పగా, అందుండి వాల్మీకి పుట్టాడు. బోయలతోనూ, కిరాతులతోనూ గూడి వేటతో పొట్ట నింపుకోమని బ్రహ్మ శపించాడు. వాల్మీకి శాపవిమోచన కోరగా, రామ నామం శాప విముక్తుణ్ణి చేస్తుందని చెప్పాడు. అపుడు ప్రాచేతసుడు బోయల తో కూడి దారి దోపిడిదొంగ అయ్యాడు. ఒక నాడు తనకో ఋషి తగిలాడు. సతీసుతుల పోషణార్థం పాపాలు చేస్తున్న అతన్ని, ఆ పాపాల్లో వారు పాలు పంచుకుంటారేమో తెలుసుకు రమ్మన్నాడు.

భార్యబిడ్డలు అందుకు అంగీకరించలేదు. అప్పుడతడు విరక్తుడై, నీచమైన దోపిడీలకు స్వస్తి

చెప్పి తపమాచరింప సాగాడు. అతన్ని కమ్మేస్తూ పుట్టలు పెరిగాయి. ఆ వల్మీక కారణంగా వాల్మీకి అయ్యాడు[6]. ఇదిచాలా నిరాధారమైనకథ.

వాల్మీకి ఋక్షుడనే పేరున్నట్లు విష్ణుపురాణం ద్వారా తెలుస్తోంది. "ఋక్షో భూత్ భార్గవస్త స్మాద్వాల్మీకి ర్యోభిధీయతే.

వాల్మీకి కాలంపై అనేక పరిశోధనలు జరిగాయి. వాల్మీకి రామాయణం క్రీ. పూ.1000 సంవత్సర ప్రారంభంలో రచింపబడి ఉంటుందని జి.ఎస్. ఆల్టేకర్ (1895–1989) నిర్ధరించారు. క్రీ. పూ. 100 సంవత్సరానికి చెందిన బుద్ధచరిత్ర రచయిత అశ్వఘోషుడు వాల్మీకి ఆదికావ్యాన్ని గురించి ఇలా అంటాడు. "వాల్మీకి రాదే చసససర్జ పద్యం జగ్రంధాన్న చ్యవనో మహర్షి"

ఈ శ్లోకం వాల్మీకి క్రీస్తు శకానికి ముందు వాడని ధ్రువ పరుస్తోంది.[7]

బుద్ధునికి పూర్వుడంటే క్రీ.పూ. 800 సం॥ల నాటి వాడు వాల్మీకి అని డా.హెచ్. జాకోబి పండితుడి అభిప్రాయం.

వాల్మీకి మహర్షి రామాయణ రచనకు ప్రేరణ

బ్రహ్మ లోకాన్ని సృష్టించాడు. వాల్మీకి శ్లోకాన్ని సృష్టించాడని అంటాడు విశాఖ దత్తుడు.

"యావత్ స్థాస్యంతి గిరియఃసరితశ్చమహీతలే!

తావద్రామాయణ కథా లోకేషు ప్రచరిష్యతి (రామ. బాల. కాం– 2–36)

పర్వతాలు, నదులు, భూతలంలో ఉన్నంత వరకు రామాయణ కథ లోకంలో వ్యాపించి ఉంటుందని బ్రహ్మదేవుడు అంటాడు. ఈ బ్రహ్మ వాక్కు శాశ్వతం కావాలంటే అద్భుతమైన కావ్య నిర్మాణం జరగాలి. అలాంటి కావ్య నిర్మాణం కోసం సృష్టికర్త అయిన బ్రహ్మదేవుడు సజీవ కావ్య సృష్టిని చేయమని వాల్మీకి మహర్షిని ప్రోత్సహించాడు.

నతే వాగన్బతా కావ్యే కాచి దత్ర భవిష్యతి

కురు రామకథాం పుణ్యా శ్లోకబద్ధం మనోరమామ్(రామ బాల–2–35)

నీవు రచించే కావ్యం లో ఏ విషయం అసత్యం కాని, దోష యుక్తం కాని కాబోదు. కాబట్టి నీవు శ్లోక బద్ధమై పాపాల్ని తొలగించి ఆనందాన్ని కల్గించే రామకథను రచించాలని కోరాడు. నారద మహర్షి ఇదే అంశాన్ని సూచించాడు.

ఏ కవి అయినా కావ్య ప్రయోజనాన్నిఆశిస్తాడు.

"కావ్యం యశస్నెర్థకృతే వ్యవహారవిదే శివేతర క్షతయే!

సద్యః పర నిర్వృతయే కాన్తా సంమిత తయోపదేశయుజే," అని మన ఆలంకారికులు కావ్యప్రయోజనం గురించి తెలిపారు.

కావ్యం వల్ల యశస్సు, ధనం లభిస్తుంది. లోకవ్యవహార జ్ఞానం కలుగుతుంది. అమంగళాలు తొలగిపోతాయి. చదువుతున్నప్పుడే పరమానందం కలుగుతుంది. ప్రియురాలు మనస్సు నొప్పించకుండా హిత బోధ చేసి సన్మార్గంలో ప్రవర్తింప చేసినట్లు కావ్యం కూడా మంచి ఉపదేశం ఇస్తుంది.

ఈ ప్రయోజనాలన్నీ రామాయణంలో పరిపూర్ణంగా కన్పిస్తాయి. రామాయణ రచనకు వాల్మీకిమహర్షి శ్రీకారం చుట్టడానికి ప్రధాన సంఘటనను రామాయణం పేర్కొంది.

వాల్మీకి తన శిష్యుడైన భరద్వాజునితో కలిసి తమసా నదీ తీరంలో స్వచ్ఛమైన నీరున్న రేవులో స్నానం చేశాడు. నార వస్త్రాల్ని ధరించి, ఆ తీరప్రాంతంలో సంచరిస్తున్నాడు. రతిసూచకమగు మధుర కూజిత మొనరించే క్రౌంచ పక్షుల జంటను చూశాడు. బోయవాడు అందులోని మగపక్షిని బాణంతో కొట్టగా అది చనిపోయింది. ఆడ పక్షి రక్త సిక్తమైన మగపక్షిని చూసి విలపించడం వాల్మీకి మహర్షికి జాలిని కల్గించింది. అప్రయత్నంగా ఆయన నోటి వెంట ఈ క్రింది విధంగా మాటలు వెలువడ్డాయి.

'మానిషాద ప్రతిష్ఠాం త్వమాగమః శాశ్వతః సమాః!

యత్ క్రౌఞ్చ మిథునాదేక మవధీః కామమోహితమ్" (బాల. కం. 2–15 శ్లో)

ఓరి కిరాతకుడా! నీవు క్రౌంచ పక్షుల జంటనుండి కామ పరవశమైన మగపక్షిని చంపావు. కాబట్టి శాశ్వత ప్రతిష్ఠను అందకుండవుగాక! అని అన్నాడు. మొట్టమొదటిసారిగా విశ్వసాహితీ విపంచికపై రామకథను ఆలపించి, భారతీయ ఔన్నత్యాన్ని ప్రపంచానికి రుచి చూపించిన వాల్మీకి రామాయణానికి నాందీగీతం ఈ మానిషాద శ్లోకం!

కావ్యావిర్భావ దశలో కవిలో చెలరేగిన వివిధ అనుభూతులకు అక్షర రూపమే ఈ మానిషాద శ్లోకం!

కవి మనస్సులో నిప్పులా జ్వలించే ఆవేదనలు, ఆవేశాలు, అనుభూతులకు దగ్గరగా అక్షరాకృతిని దాలిస్తే అది కవిత్వమౌతుందన్న కవిత్వ నిర్వచనాలకు ప్రాణం – ప్రేరణ – ఈ మానిషాద శ్లోకం!

విశ్వ శ్రేయస్సును కాంక్షించే కవి బహిర్జగత్తులో ఆత్మైక్యం పొందుతాడని అలాంటి తాదాత్మ్యం నుండే కవిత్వం ఆవిర్భ విస్తుందన్న వాస్తవాన్ని లౌకిక జగత్తుకు తెలియచేసిన ఆదికవి కృత ప్రథమ కవితఈ మానిషాద శ్లోకం.

తాను పలికిన పలుకులు గురించి వాల్మీకి ఆలోచించాడు. ఆడపక్షి దుఃఖించుట చూచి శోక పీడితుడనై నానోట వచ్చిన ఈ మాట నాలుగు పాదాలు, ప్రతిపాదం సమానంగా ఎనిమిది అక్షరాలుకలదై, వీణ యొక్క తీగయందారోపించి, వాద్యాలతో పాడతగినదై ఉండడం వల్ల శ్లోక

లక్షణాల్ని కలిగివుంది. శ్లోక మంటే ఇదే అని పలికాడు. వెంటనే భరద్వాజుడు దాన్ని కంఠస్థం చేశాడు. ఆ శ్లోక పద్ధతిలోనే వాల్మీకి రామాయణం రాశాడు.

ఇరవై నాలుగు వేల శ్లోకాలతో ఏడు భాగాలుగా రామాయణం రాశాడు. బాల, అయోధ్య, అరణ్య, కిష్కింధా, సుందర, యుద్ధ, ఉత్తర కాండలని పేరుపెట్టాడు వాల్మీకి.

వినేవారికి, చదివేవారికి రామాయణం ఎంతో గొప్పదిగా కన్పిస్తూ, అందులోని కథా వస్తువు అందరి గుండెల్లో హత్తుకునేటట్లు వాల్మీకి రామాయణాన్ని తీర్చిదిద్దాడు. తన కావ్యాన్ని "గీత కావ్యం" (1–4–17) అని వాల్మీకి మహర్షి పేర్కొంటాడు. అంటే గాన యోగ్యమని తెలిపాడు.

తన రచనను వ్యాప్తి చేయడానికి కుశలవులను, నియమించి వారికి రామాయణాన్ని కంఠస్థం చేయించాడు. కుశలవులు రామాయణాన్ని గానం చేస్తుంటే అక్కడి మునులంతా

అహో గీతస్య మాధుర్యం శ్లోకానాంతు విశేషతః

చిర నిర్వృత్త మప్యేతత్ ప్రత్యక్ష మివ దర్శితమ్ (బాల –4–17)

ఆహో ! ఎంత మధురగానం. శ్లోకమాధుర్యమంతకన్నా మిన్నగా నున్నదే! ఎన్నడో జరిగిన కథ. అయినా కళ్లకు కట్టినట్లు చూపబడింది కదా! అని అనుకున్నారు.

అలాంటి రామాయణం శాశ్వత కీర్తిని పొందింది. అజరామరం అయింది. కాలాన్ని జయించింది. అతని కవితాశక్తి అనిర్వచనీయం. కథాకథన పద్ధతి అపారం. ఆయన రచించింది లౌకిక కావ్యం. ఆకాశంలో విహరించలేదు. నేల విడిచి సాము చేయలేదు.

వాల్మీకి రామాయణ రచనకు ప్రేరణ నారదుడిచ్చిన సందేశమేనా? లేక లోకవ్యవహారంలో చలామణిలో కొనసాగుతున్న జానపదకథ లేనా? అనేది తెలాల్సిన విషయం. వాల్మీకి ఒక్కడేనా? మరికొంత మంది వాల్మీకులున్నారా? మహర్షి వాల్మీకి ఒక్కరైతే గజదొంగ రత్నాకరుడి పేరుతో వున్న మరో వాల్మీకి ఉన్నారా? నాటి నుండి నేటివరకు అనేక మంది వాల్మీకులు రామాయణ కథను రాస్తునే ఉన్నారు. ప్రధానంగా రామాయణం అనేది రాచరిక, నైతిక, ఆధ్యాత్మిక, సుందర రామాయణాలుగా ప్రజలలోకి వెళ్లింది. వాల్మీకి రామాయణం ఆదర్శదాంపత్యం, ధర్మం, ప్రధానమైన రాచరిక వ్యవస్థను ప్రతిబింబిస్తే తర్వాత రామాయణాలు అనేక పాయలుగా ప్రవహించాయి. మొత్తంపై భక్తి పారవశ్యం తో వచ్చిన రామాయణాలే అధికంగా కన్పిస్తాయి.

వాల్మీకి ఉత్తరభారతం నుండి ఆహారంకోసం దక్షిణ భారతంలోకి వలస రావడం అక్కడి నుండి శ్రీలంక చేరుకొని అక్కడ మరణించాడని, అందువల్లే రామాయణంలో అన్ని ప్రాంతాలను స్పష్టంగా వర్ణించగలిగాడని కొందరు మరో సిద్ధాంతాన్ని లేవదీశారు.

విదేశాలలో రామాయణ వ్యాప్తి

వేదవిజ్ఞానాన్ని ప్రపంచానికి అందచేసే ప్రయత్నంలో భాగంగా వేదపురుషుడైన వాల్మీకి మహర్షిచే రాయబడ్డ రామాయణం సరిహద్దుల్ని దాటి వివిధ దేశాలలో ప్రవేశించింది. భారతీయ సంస్కృతిని అందులో భాగమైన ధర్మమార్గాన్ని రాముడు అనుసరించిన విధానాన్ని ప్రపంచానికి తెలియ చెప్పడానికి భరత ఖండం ఎల్లలు దాటి విదేశాలకు ప్రాకింది. రామ కథ వివిధ దేశాలలో తన ప్రభావాన్ని ప్రదర్శించింది. విదేశాలలోని స్థానిక కథలలో కలిసి రామాయణం విభిన్న పద్ధతులలో కొనసాగింది. ముఖ్యంగా థాయిల్యాండ్, టిబెట్, బర్మా, సిలోన్, కంబోడియా,ఫిలిప్పైన్స్ , జపాన్, చైనా, మంగోలియా, ఇండోనేషియాతో పాటు మరికొన్ని దేశాలలో విశ్వవ్యాప్తమైంది.

థాయిల్యాండ్

థాయిల్యాండ్ దేశంలో రామాయణాన్నిరామకిన్ (Rama Kien) అనే పేరుతో పిలుస్తున్నారు.థాయిల్యాండ్ ను పూర్వం అయుతయ్య (Ayuthaya) రాముడి రాజ్యమని అయోధ్య దృష్టి లో పెట్టుకొనిపిలిచేవారు . ఈ పేరు1939లోమార్చబడి థాయిల్యాండ్ అని పిలవబడుతోంది. రామాయణం ఇక్కడ చాల ప్రసిద్ధి పొందింది. చాలా మంది రాజులు తమపేర్లలో 'రామ'అని పెట్టుకున్నారు. నాటకాలు, నాటికలు అనేకం రామాయణం ఇతివృత్తంలో ప్రదర్శింపబడుతున్నాయి.

బర్మా దేశంలో రామాయణాన్ని 'యమయాన' (Yamayana) అని పిలుస్తారు. ఇది బర్మాయొక్క అనధికార ఇతిహాసం. దీన్ని యమ(రామ) జాట్డా (Zatdaw) (జాతక) అని కూడ పిలుస్తారు. రామ నామాన్ని 'యమ'అని సీతను మిథైద (Me Thida) అని అంటారు. రామ నాటక ప్రదర్శనలు ఎక్కువుగా జరుగుతాయి. కావ్యదర్శ, సుభాషిత రధానిది కావ్యాలున్నాయి. క్రీ.శ. 1084–1112 కాలానికి చెందిన కయంజత రాజుతనను రాముడి వంశానికి చెందిన వాడినని భావించారు.

కాంబోడియా (కంపూచియా)

కాంబోడియా దేశ ప్రజలు తమ దేశ ఇతిహాసకావ్యంగా సంస్కృత రామాయణ కావ్యాన్ని ఆధారంగా చేసుకొని రచించబడ్డ ' రిమ్ కర్ '(రామకీర్తి) ని భావిస్తారు. రాముడి వైభవాన్ని కీర్తించే కావ్యమిది. ఇందులో భారతీయ సనాతన ధర్మాన్ని, బౌద్ధమత ధర్మాల్నిప్రతిఫలిస్తూ ప్రపంచంలోని మంచి – చెడ్డల మధ్యతారతమ్యాన్ని ప్రదర్శిస్తోంది. రామలక్ష్మణ హనుమంతుల శిల్పాలు కనిపిస్తాయి. క్రీ.శ. 700 కు చెందిన ఖైమర్ ప్రాంతం లోని శిలాశాసనాలలో రామాయణ సంఘటనలని చెక్కారు. అంకోర్ ఆలయాల గోడలపై రామాయణ, భారత కథల్ని శిల్పాలుగా చిత్రీకరించారు.

మలేషియా

సంస్కృత రామాయణాన్ని కొన్ని మార్పులతోనూ, పాత్రల పేర్ల ఉచ్చారణలో మరికొంత మార్పుతోనూ . క్రీ.శ. 14 శ॥లో హికయత్ సిరి రామ (Hikayat Seri Rama) అనే కావ్యం మల్యా భాషలో రచింపబడింది. దలంగ్ సమాజం రామకథకు సంబంధించిన 200–300 నాటకాల్ని ప్రదర్శించింది. నాటకారంభంలో సీతారాములను ప్రస్తావిస్తారు.

జావా, ఇండోనేషియా

జావా, ఇండోనేషియాలలో రామాయణాన్ని కాకవిన్ రామాయణ (Kakawim Ramayana) అని జవా వాసులు కావ్యాన్ని సృష్టించారు. ఇది సంస్కృత సంప్రదాయ సాహిత్యానికి అద్భుతమైన అనుకరణ. ఇండోనేషియా ఈనాడు ముస్లిం దేశంగా కన్పిస్తున్నా, పూర్వం రామాయణ ప్రభావం అధికంగా ఉండేది. రామకథకు సంబంధించిన పండుగలు, శిల్పాలు ఇప్పటికీ కన్పిస్తున్నాయి.క్రీ.శ. 9 వశ॥ లోనిర్మించబడ్డ చండి లో రోజోంగ్రాంగ్ ఆలయ గోడలపై రామాయణ దృశ్యాలు చెక్కబడ్డాయి. ఇండోనేషియా ఇస్లాందేశమైనా కొన్ని సంవత్సరాల క్రితం అక్కడ రామాయణంపై మొదటి అంతర్జాతీయ సదస్సు నిర్వహించడం ఆసక్తికరమైన అంశం.

ప్రాచీన కాలంలో ప్రపంచం లోని ప్రజలు, చక్రవర్తులు, రాజులు అంతా శ్రీరాముని సేవిస్తూ భారతీయ సనాతన ధర్మాన్ని ఆచరించినట్లు ఆధారాలున్నాయి. పురావస్తు, భాషా శాస్త్రాల ద్వారా ఇవి నిరూపితమవుతున్నాయి.

40,000 సంవత్సరాలకు పూర్వమే జర్మనీలోని షోలేస్ స్టైన్ పర్వత గుహలలో చెక్కిన నరసింహావతారం, మరియు రష్యాలోని ఓల్గా ప్రాంతంలో లభించిన విష్ణు ప్రతిమ పురావస్తు పరిశోధనల ద్వారా బయట పడడంతో హిందూ సనాతన ధర్మవ్యాప్తి వెల్లడవుతోంది.

మొదటి ప్రపంచ యుద్ధానంతరం ఈజిప్టు నుండి స్వదేశానికి తిరిగి వస్తున్న భారతీయ సైనికులు ఇరాక్ లోని పర్వత గుహలలో శ్రీరాముని మరియు ఇతర హిందూ దేవుళ్ల శిల్పాల్ని చూశారు. ప్రాచీన కాలంలో పడమటి ఆసియా ఖండంలో హిందూ మతం వర్ధిల్లినట్లు తెలుస్తోంది.

ఇరాక్ మరియు మధ్యపడమటి దేశాల్లో (Middle-East)

ఇరాక్ లోని సిలిమని ప్రాంతంలోని (Silemani) రాతి గుహలో బయటపడ్డ శిల్పం లో రాముడు, హనుమంతుడు కన్పిస్తారు. చాలా మంది ప్రజలు ఈ శిల్పాన్ని ప్రాచీన కాలానికి చెందిన రాముడు, హనుమంతుడని వర్ణిస్తారు. దాని సమీపంలోని రన్యా (Ranya) నగరంలోని 'గర్డ్ డెమా' (Girdedema) గా పిలవబడే కొండవుంది. అంతేకాకుండా చరిత్రకు సంబంధించిన సింహాశర (Shimshara) ను 1951–1959 ప్రాంతంలో ఇరాక్ పురావస్తు శాస్త్ర వేత్తలతో కలిసి డానిష్

పురావస్తు శాస్త్రవేత్తలు కనుగొన్నారు. మానవ చర్రితలో ఈ కొండను అతిప్రాచీనమైనదిగా పరిగణిస్తున్నారు.

సుమారు 247 ప్రాచీన అవశేషాలను ఆకొండపై కనుగొన్నారు. అందులో ఒక ఆలయం కూడా ఉంది. బజ్మిసియన్ (buzmusion)- బొస్కిన్ (boskin), డ్వాగ్రాడన్ (Dwgradan), కమేరియన్ (Kamarian) క్వర్షినా (Qurashina), డేమో (Demo) మొదలైన పర్వత ప్రాంతాలలో కూడా రాతిశిల్పాలు బయల్పడ్డాయి.రన్యా తూర్పు దిశలోని ద్వార బంధంపై రాతిశిల్పాలు కనుగొన్నారు . గోతాస్ లేదా లోలోస్ (Lolos) రాజు కాలంలో ఇవి నిర్మితమైనట్లు భావిస్తున్నారు.

శ్రీలంక

క్రీ.శ. 617లో శ్రీలంకను పాలించిన తుమర్దసా అని పిలువబడే నరేష్ కుమార్ ధాతుసేనా 'జానకి హరన్'అనే పుస్తకం రాశారు. శ్రీలంకలో లభించిన పురాతన సంస్కృత సాహిత్యం ఇది. ఆధునిక కాలంలో సిడాన్ బోస్టన్, జాన్ డి సిల్వా రామాయణం ఆధారంగా కథా రచనలు చేశారు.చాలా మంది శ్రీలంక ప్రజలు సీతారాములను భక్తి తో ఆరాధిస్తారు.

నేపాల్: -

క్రీ.శ. 1075 కి చెందిన రామాయణం యొక్క ప్రాచీన ప్రతి నేపాల్ లో లభించింది.

జపాన్

జపాన్ దేశంలో రెండు రకాలైన రామాయణ కావ్యాలు కన్పిస్తున్నాయి. ఒకటి 'హోబుట్సుషు' (Hobutsushu) ఇంకొకటి శంభో ఎకో టోబా (Sambo – Ekotoba).

ఫిలిప్పైన్స్

ఫిలిప్పైన్స్ లో మహారడియ లవణ (MaharodiaLawana) అనే పేరుతో రామాయణ కావ్యం రచించబడింది. ప్రసిద్ధ సింగీకిల్ (Singkil) నృత్య ప్రదర్శన రామాయణకథతో ప్రేరణ పొందింది.

చైనా

వివిధ జాతక కథలతో కూడిన రామ కథలుచైనాలో ప్రసిద్ధి పొందాయి. ప్రస్తుతం చైనాలో చెప్పబడుతున్న రామకథ బౌద్ధవాఙ్మయం ద్వారా సృష్టింపబడ్డ 'లిడు జిజింగ్' (Liuduji Jing). క్రీ.శ. 742 లో వచ్చిన పుస్తకం లో రాముడు వెళ్లిన తరువాతదశరథుని దుస్థితి గురించి వివరించి రామాయణం లోని హనుమంతుని పాత్రతో పోలివున్న జానపదకథ 'సన్ హుకాంగ్' (Sunwukong) చైనాలో ప్రసిద్ధి పొందింది. క్రీ.శ. 1600 లో హీస్-యి-చి, (కోతి) అనే నవల రామాయణ కథలను, ప్రధానంగా హనుమంతుని గురించి రాయబడింది.

లావోస్

రాముని కుమారులైన లవుని పేరుతో ఈ నగరం నిర్మించబడిందని అక్కడి ప్రజలు విశ్వసిస్తారు.

'పారా లాక్పారా రామ్' అనే కావ్యం తమదేశ ఇతిహాస కావ్యంగా లావోస్ ప్రజలు భావిస్తారు. (Phra Lak Phra Ram) ఈ కావ్య కథ వాల్మీకి రామాయణాన్ని అనుసరించి రాయబడింది.

ఇప్పటికీ లావోస్ లో రామ కథను వర్ణించే దృశ్యాలు అనేకం కనిపిస్తాయి. వాటి–షి–ఫమ్ మరియు వాట్ – పా–కెవ్ ఆలయాల గోడలపై రామాయణ దృశ్యాలు కన్పిస్తాయి. లాపాంట్ అనే ఫ్రెంచ్ యాత్రికుడు పారా లాక్ – పారా రామ్ కావ్యాన్ని 'పి ఒమ చక్' అనేపేరుతో ఫ్రెంచ్ బాష లోకి అనువదించారు.

ఉత్తర, దక్షిణ అమెరికా

చైనా ప్రజలు అమెరికాను ఫాడ్–సాంగ్ అని జపనీయులు ఫాడ్–సి అని అంటారు. మన ఇతిహాసాలలో దీన్ని పాతాళ దేశం అంటారు . (పాతాళం అంటే క్రింది)

ఇతిహాసాలలోని కొన్ని సూచనలు

ఎ) మెక్సికన్ గిరిజన ప్రాంతంలో అందమైన అమ్మాయిని ఉలూపి అని ఈనాటికి పిలుస్తున్నారు. మహాభారతంలో పాలేశా దేశానికి చెందిన అమ్మాయి ఉలుపిని అర్జునుడు వివాహం చేసుకున్నట్లు తెలుస్తుంది.

బి) W.H. ప్రెస్కోట్ తనపుస్తకం – హిస్టరీ ఆఫ్ కాంక్వెస్ట్ ఆఫ్ మెక్సికోలో అమెరికన్ ఉప ఖండంలోని పూర్వ నాగరికతకు భారతీయ (ఆర్యన్) నాగరికతతో పెద్ద సారూప్యత ఉందని తెలిపాడు.

అజ్ట్ క్ సమాజంలో జనాదరణ పొందిన పురాణంలో ఇలా చెప్పబడింది. క్యుట్జల్ కటల్ అనే అందమైన వ్యక్తి తూర్పునుండి ఇక్కడికి వచ్చి నాగరికత నేర్పించాడని, అతని కాలం స్వర్ణయుగంగా పరిగణించబడిందని, అయితే కొందరు అతన్ని హింసించడం వల్ల అతను తిరిగి తన దేశానికి వెళ్లాడు.

ఈ కథ వాల్మీకి రామాయణంలోని ఉత్తరకాండలోని కథతో సరిపోలుతుంది. లంకలో నివసించే సల్కటక్రాక్షసులును విష్ణువు హింసించడం వల్ల వారు సుమాలి నాయకత్వంలో లంకను వదిలి పాతాళ దేశం వెళ్లి చాలాకాలం అక్కడే ఉన్నారని, స్వదేశంలో పరిస్థితులు అనుకూలంగా వున్నాయి అని తెలుసుకొని తిరిగి వస్తారని వుంది. ఇలాంటి వాల్మీకి రామాయణం చారిత్రకాంశం అని చెప్పడానికి ఉపయోగపడుతుంది.మెక్సికోలో రామ్ సీతాక్ ప్రదర్శింపబడుతుంది. బైబిల్ లో రామ శబ్దం,దశరథ , అయోధ్య శబ్దాలు విన్పిస్తాయి.

ఆఫ్రికా

ఇథియోఫియా ప్రజలు తమను కుషైల్లు వారసులుగా భావిస్తారు. కుష్ అనే పదం రాముడి కుమారుడైన కుశుని సూచిస్తుంది. ఈ విషయం సత్పథ బ్రాహ్మణంలో వుంది. దీంట్లోనే రొడీషియాలోని భరత రాజు (కౌరవ పాండవులపూర్వీకులు) పాలన గురించి ప్రస్తావించారు. రామాయణ ఇతిహాస ప్రేరణ పొందిన అనేక అంశాలు ఆఫ్రికన్ సమాజంలో ప్రబలంగా ఉన్నాయి. అవి ప్రాధమికంగా వానరుల జాతి యొక్క కార్యకలాపాల్ని సూచిస్తాయి.

ఈజిప్ట

రాముడి పూర్వీకులైన అజపతి అనే పేరునుండి ఈజిప్ట అనే పేరు ఆవిర్భవించింది. అక్కడి ఇతహాసాలను పరిశీలిస్తేదశరథుని ప్రస్తావన కన్పిస్తుంది.

రష్యా మరియు మంగోలియా

రష్యాకు చెందిన కాల్మిక్ జాతి ప్రజలలో ప్రసిద్ధి పొందిన రామాయణ కథ మిక్కిలి ప్రాచుర్యం పొందింది. మంగోలియా – ప్రజలు తమ ఉనికి రామాయణంలో ఉందని భావించడంతో వారు ఈ ఇతిహాస కావ్యానికి చాలా దగ్గరైనారు.

యూరప్

ఇటలిలో జరిపిన పురావస్తు పరిశోధనలో రామాయణ కథా దృశ్యాలతో కూడిన వివిధ చిత్రాలు ఇంటిగోడలపై చిత్రించబడినవి కన్పించాయి. కొన్ని చిత్రాలలో తోకలు కల్గిన, కొంత మందిలో తమ భుజాలపై విల్లు బాణాలు ధరించిన ఇద్దరు వ్యక్తులు,వారి ప్రక్కన ఓ స్త్రీ నిలబడి వుండడం కన్పించాయి. ఈ చిత్రాలు క్రీ. పూ. 7వ శతాబ్దానికి చెందినవిగా పురావస్తుశాఖ ప్రకటించింది. ఒకప్పుడు ఆస్ట్రోకాన్ నాగరికత ఇటలీలో 75 శాతం విస్తరించి ఉందని గుర్తించుకోవాలి. 15-12-1972 లో డక్కన్ హెరాల్డ్ మొదటి పేజీలో రామాయణానికి సంబంధించిన ఒక కథ రష్యాలోని కల్మిక్ రాజధానిలో రామాయణం యొక్క వివిధ కథలు కల్మిక్ ప్రజలలో ప్రాచుర్యం పొందినట్లు ఎలస్తాలో ప్రచురింపబడిందని పేర్కొంది.

రామాయణానికి సంబంధించిన అనేక రచనలు కల్మిక్ గ్రంథాలయంలో నిల్వచేయబడ్డాయి. డోమోడిన్ అనే రష్యన్ రచయిత మంగోలియన్ మరియు కల్మిక్ ప్రజలలో ప్రాచుర్యం పొందిన వివిధ ఇతిహాసాలను ప్రస్తావించారు. లెనిన్గ్రాడ్లో రామాయణ రచనలు రష్యన్ మరియు మంగోలియా భాషలలో అందుబాటులో ఉన్నాయి.

తక్షశిల

గాంధారంలో భరతుడు నిర్మించిన రెండు నగరాలలో ఇది ఒకటి. భరతుని కుమారుడు తక్షుడు ఈ ప్రాంతానికి రాజుగా పట్టాభిషక్తుడయ్యాడు. ఇది సింధునదికి తూర్పు భాగంలో

ఉంది. ప్రస్తుతం పాకిస్తాన్ లో ఉన్న 'టాక్సిలాగా' అని గుర్తించారు.

మాహిష్మతి

హైహయ పాలకుడు కార్తవీర్య అర్జునుడి రాజధానిగా ఈ నగరం ఉండేది. మధ్యప్రదేశ్ లోని ఇండోర్ కు దక్షిణ దిశలో 64 కి. మీ. దూరంలో ఉన్న మహేశ్వరం ఒకప్పటి మహిష్మతిగా గుర్తించారు.

గిరివ్రజ

మగధ రాజధాని. రాజా వాసు నిర్మించినందున దీన్ని వసుమతి అని పిలుస్తారు. ఈ నగరం గుండా ప్రవహించే సుమగధి నదిని గురించి రామాయణం ప్రస్తావిస్తుంది. ఇది ప్రస్తుతం రాజాగిర్ అని పిలవబడుతోంది.

రాజగృహ

భరతుని తాత అశ్వపతి పాలించిన కేకయ రాజధాని. ఇది వితస్తానది అంటే జీలం నది ఒడ్డున ఉంది. ప్రస్తుతం పాకిస్తాన్లోని జలాల్ పూర్ నే ఒకప్పటి రాజగృహ అని భావిస్తున్నారు.

మధుర

దీన్ని మధుపురి అని కూడా అంటారు. ఇది శూర సేన జనపద రాజధాని. మధు కొడుకు లవణుడు శత్రుఘ్నుడి చేతిలో హతమయ్యాడు. ఈ నగరాన్ని దేవతలు నిర్మించారని, విదేశీయులు ఇక్కడ నివసించారని రామాయణం పేర్కొంది. దీన్ని మేధోర, మదీరా అంటే దేవతల నగరంగా గ్రామ మూలాలు సూచిస్తాయి.

పుష్కలవత

స్వాత్ మరియు కాబుల్ నదుల సంగమానికి దగ్గరలో ఇది నిర్మించబడింది. భరతుడి కొడుకు పుష్కలఈ నగరానికి రాజుగా ఉన్నాడు. ప్రస్తుతం పాకిస్తాన్ లోని 'చర్సదా'గా గుర్తించారు.

భారతీయ సాహిత్యంలో రామాయణ ప్రభావం

సంస్కృత భాషలో

వాల్మీకి రామాయణం తరువాత వచ్చిన సంస్కృత రామాయణంలో ప్రధానమైంది. అద్వైత రామాయణం యోగ వాసిష్టం, ఆనంద రామాయణం, అగస్త్య రామాయణం అద్భుత రామాయణం.

స్థానిక భాషలలో

ఉత్తర భారతదేశంలో

16 వ శతాబ్దంలో తులసిదాస్ 'రామచరితమానస' అనేకావ్యాన్ని రచించాడు. ఇదిచాలా ప్రసిద్ధి గాంచిన రచన.

జమ్ము-కాశ్మీర్

కాశ్మీరి భాషలో రాయబడ్డ రామావతార చరిత 19వ శతాబ్దంలో రాయబడింది.

గుజరాతీ

తులసీకృత రామాయణ అనే గుజరాతీ భాషలో 17వ శతాబ్దంలో వచ్చింది. కవి ప్రేమానంద స్వామి. ఇది తులసి దాస్ రామాయణానికి అనువాద కావ్యం.

మహారాష్ట్ర

భావార్థ రామాయణ అనే కావ్యం మరాఠీ భాషలో 16వ శతాబ్దంలో ఏకనాథ్ అనే కవి రచించాడు.

అస్సామి

కథా రామాయణ లేదా కోత రామాయణ అనే కావ్యం 15వ శతాబ్దంలో మాధవ కండలి అస్సామి భాషలో రచించాడు.

బెంగాల్

కృత్తి బాస్ ఓఝా (15వ శతాబ్ద) రచించిన 'కృత్తివాసి రామాయణం' బెంగాల్ లో ప్రజాదరణ పొందిన రామాయణ రచన. నిత్యానంద ఆచార్య (16 వ శ) రాసిన అద్భుత ఆచార్జర్ రామాయణం. వాల్మీకి రచనను అనుసరించి రాసిన రామయణం. అలాగే ద్విజ లక్ష్మీగ రామాయణం కూడా, కైలాస భసు, మహనంద చక్రబర్తి, భభానిదాస్, కనిచంద్ర చక్రవర్తి, కృష్ణ దాసు, గంగారామదత్త, రామానందఘోష్, శంకర్ చక్రవర్తి మరియు చంద్రావత లాంటి రచయితలు రామయణాన్ని ఏదోరూపంలో సృజించారు. 20వ శతాబ్దం ప్రారంభంలో రాజశేఖర బసు వాల్మీకి రామాయణాన్ని గద్యంలోకి అనువదించాడు. ఇది చాల పేరు పొందిన అనువాద రచన.

బీహార్

బీహార్ లోని మిథిలా ప్రాంతంలో ప్రసిద్ధి చెందిన మైథిలీ భాషలో చందా ఝు మిథిలా భాష రామాయణం లాల్ దాస్ రామాయణం, రామేశ్వర చరిత్ మిథిలా రామాయణం రామ్మోచన్ శరణ రామాయణం బాగా పేరు పొందాయి.

గోవా

కృష్ణదాస శామా రచించిన రామాయణం కర్థలిపుర, గోవాకొంకిణి భాషలో పోర్చుగల్ దేశంలో లభించిన రాతప్రతులు.

గుజరాత్

తులసీ కృత రామాయణం – కవి ప్రేమానందస్వామి.

కర్ణాటక

జైన సంప్రదాయంలో రాయబడ్డ కుముదేందు రామాయణం 13వ శ॥ చెందినది. 12వ శతాబ్దంలో నాగ చంద్ర రచించిన రామచంద్ర చరిత పురాణం 16వ శ॥లో కుమార – వాల్మీకి తో రాశే రామాయణం నానదలికే లక్ష్మీ నారాయణ (ముద్దన) రచించిన అద్భుత రామాయణం, రామవ్వమేధం అనే గద్యరచనలు.

కేరళ

రామచరితం మళయాళంలో మిక్కిలి ప్రాచుర్యం పొందిన ప్రాచీన కవిత్వం చరామన్ (12వ శ॥) రచించిన యుద్ధ కాండ ఆధారంగా రాయబడ్డది రామ పణికర్ (14వ శ॥) కన్నప్పరామాయణం, తుంచత్తు లేఖా చన్ (16వ శ॥) ఆధ్యాత్మ రామాయణం కిలిప్పట్టు మరియు మప్పిల రామాయణాలు బాగా ప్రాచుర్యం పొందాయి.

ఒడిషా

బలరామదాసు మా 18వ శ॥ లో రచించిన జగమోహన రామాయణం లేదా దండి రామాయణం ప్రసిద్ధి పొందిన రామకథ. 15వ శ॥ లో సరళ దాస్ చేత రాయబడ్డ పద్యకావ్యం విలంక రామాయణం తరువాత కాలంలో గుముసర్ కు చెందిన రఘునాథ్ భంజా రఘునాథ్ విలాసాన్ని, అతని మునవడు ఉపేంద్ర భంజా 17వ శ॥ ఖైదేహి విలాసాన్ని రచించారు. రంగస్థల ప్రదర్శనలో అత్యంత ప్రజాదరణ పొందిన రామలీల (ఖిసి రామాయణం) బిస్వనాథ్ ఖుంటియా రచించాడు.

ఉత్తరప్రదేశ్

16వ శ॥ లో గోస్వామి తులసీ దాస్ చే రాయబడ్డ శ్రీ రామచరిత మానస్ మిక్కిలి ప్రాచుర్యం పొందింది.

దక్షణాది రామాయణాలు

12వ శతాబ్దంలో తమిళ కవి కంభన్ రచించిన కంబ రామాయణం, తెలుగులో క్రీ.శ 1300, 1310 మధ్య వచ్చిన రంగనాథ రామాయణం గోనాయద్దారెడ్డి విరచితం. కవయిత్రి అతుకూరి మొల్ల రచించిన మొల్ల రామాయణం భాస్కరుడి భాస్కర రామాయణం, ప్రసిద్ధి పొందిన రామకథా కావ్యాలు. కవిస్రామాట్ విశ్వనాథ సత్యనారాయణగారికి తెలుగులో మొట్టమొదటి జ్ఞానపీఠ అవార్డు తెచ్చి పెట్టిన కావ్యం శ్రీమద్రామాయణ కల్పవృక్షం.

కన్నడ బాషలో 13 వ శ॥ లో రాయబడ్డ కుముదేందు రామాయణం (జైనం) 16వ శ॥ లో వ్రాసిన కుమార – వాల్మీకి తోరనే రామాయణం, నాగచంద్ర రచించిన రామచంద్ర చరిత పురాణం 12వ శ॥ లో వచ్చింది.

మలయాళ భాషలో అత్యంత ప్రాచీనమైన కావ్యం రామచరితం, 12 వ శ॥ చెందిన చీరామన్ రచించిన యుద్ధకాండ ఆధారంగా రాయబడింది. నిరణం రామ పన్నికర్ రచించిన కన్నస్సరామాయణం (14వ శ॥), తుంచత్తు లేఖాచన్ ఆధ్యాత్మ రామాయణం కిలిపుట్టు (16వ శ॥) అత్యంత ప్రాచుర్యం పొందాయి. మాప్పిలా రామాయణం కూడా ప్రాచుర్యం పొందింది.

జైన రామాయణ కథనాలు

కోతుల మూక రావణుని, రాక్షస వీరులను చంపడమేమిటి? పుణ్యాత్ముడు, జైనయోగి, గొప్పవాడైన రావణుడు మాంసం తిని రక్తాన్ని జుర్రుకోవడం ఏమిటి? కుంభకర్ణుడు ఆరు నెలలు ఎలా నిద్రపోయాడు? ఏనుగులు తొక్కినా, సలసల కాగే నూనె అతని చెవిలో పోసినా, శంఖా నినాదాలు చేసినా, యుద్ధభేరీలు మ్రోగించినా నిద్రలేవకపోవడం ఏమిటి? –ఇవన్నీ హేతువిరుద్ధంగా కన్పిస్తున్నాయి. కట్టుకథలలా అనిపిస్తున్నాయి. అసత్య ప్రచారాలుగా గోచరిస్తున్నాయి – అని శ్రేణికుడనే రాజు గౌతమ మునితో అంటూ, ఇందులోని అసత్య వర్ణనలను తొలగించి, వాస్తవ రామ కథను వివరించమని అంటాడు. నీకు జైనశ్రేష్ఠులు చెప్పిన రామ కథను చెబుతాను. రావణుడు రాక్షసుడుకాదు, నరమాంస భక్షకుడు కాదు, కుకవులు చేసిన ప్రచారమిది అంటూ గౌతమ ముని రామ కథను చెప్పడం ప్రారంభిస్తాడు. వాల్మీకి రామాయణంపై సంపూర్ణ అవగాహన ఉన్న విమల సూరి, అందులోని తప్పులు సరిదిద్ది అసలు కథను 'పొమచరియ' జైన రామాయణాన్ని ప్రాకృత భాషలో రాస్తాడు. ఇతని కాలం స్పష్టంగా తెలియకపోయినా క్రీ. శ. 1 వశతాబ్దానికి చెందినవాడిగా

భావిస్తారు. విమల సూరి రాముని వంశవర్ణనతో కాకుండా, రావణుని గుణ గణాలను కీర్తిస్తూ కావ్యాన్ని ప్రారంభిస్తాడు.

జైనం లో పురాణం అంటే భూమి, కాలం పుణ్యస్థలాలు మరియు మహా పురుషుల కార్యాల గురించి వివరించేది అని జనసేనుడు చెప్పాడు. అందుకే అనేక జైనపురాణాలను 'చరిత్రలు' అంటారు.

రామాయణం యొక్క ప్రధాన రూపాంతరాలు కూడా ప్రత్యేక అవసరాలను చేర్చడాన్ని ప్రతిబింబిస్తాయి. (–రొమిలాథాపర్)

రామాయణ సంప్రదాయం కనీస పొమాచార్యంతో ప్రారంభమయ్యేపోటిసంప్రదాయం.(–పొల్లాక్)

వాసుదేవ – ప్రతివాసుదేవ అనే నాయక, ప్రతి నాయకులు ప్రతి యుగంలోనూ జన్మిస్తూ శత్రువులై పోరాడుకోవడం జరుగుతుంది. లక్ష్మణుడు, రావణులది. ఈ జంటలది ఎనిమిదో అవతారం అని మరో జైన కథ వివరిస్తుంది. లక్ష్మణుడే వాసుదేవుడని రావణుడు గ్రహించి, సంధి ప్రయత్నాలు చేయగా, అవి విఫలం అవుతాయి. యుద్ధం జరుగుతుంది. రావణుడు ఓటమి అంచులో ఉన్నప్పుడు చివరి అస్త్రంగా శక్తివంతమైన చక్రాన్ని (ఆయుధం) ప్రయోగిస్తాడు. అది లక్ష్మణుని చంపకుండా అతని చేతిలో ఒదిగిపోతుంది. లక్ష్మణుడు అదేచక్రంతో రావణుని తల ఖండిస్తాడు.

వాల్మీకి రామాయణం, ఆ కోవలో తదనంతరం వచ్చిన రామాయణాల్లో చెప్పినట్లు రాముడు రావణుని వధించలేదు. రాముడు గొప్ప జైన యోగి జీవహింస చేయనివాడు, విరాగిగా చిత్రించారు. రాముడు కైవల్యాన్ని పొందితే, లక్ష్మణుడు జీవ హింస చేసినందుకు ఫలితంగా నరకం చేరుకుంటాడు.

వైదిక రామాయణాలలో రావణుడిని పది తలలుగల రాక్షసుడుగా చిత్రిస్తే,జైన రామాయణం సహేతుకమైన వర్ణన చేస్తుంది. రావణుడు యుక్త వయస్సులో ఉన్నప్పుడు, అతని తల్లి తొమ్మిదిరత్నాలతో తయారు చేసిన హారాన్ని అతని మెడలో వేస్తుంది. రావణుడి తల ఆ తొమ్మిది రత్నాలలో ప్రతిఫలించడంతో దశముఖుడు అని పిలుస్తారు. అలాగే రావణుని సోదరుడు కుంభకర్ణుడు నిద్ర పోసాగాడు. ధార్మిక జీవనాన్ని కొనసాగిస్తూ చాల సమయాన్ని పూజలు, ప్రార్థనలతో గడిపేవాడు.జైన రామాయణాలలో రాముడు పద్మంగా ప్రసిద్ధి పొందారు.అందువల్లే జైన రామాయణాలన్ని పద్మ పురాణాలుగా పిలవబడుతున్నాయి. పద్మం అంటే తామర పువ్వు అని అర్థం.రాముడు పద్మం వంటి మనోహరమైన నేత్రాలు, వికసించిన పద్మం వంటి ముఖం కల్గినవాడు కాబట్టి రాముడిని జైన కార్యాలకు పద్మ పురాణంగానే పిలిచారు.

వానరులు అంటే కోతులు కాదని అది వానర్ (బనార్) అనే వంశస్థులని విమల సూరి వివరిస్తాడు. యుద్ధాలలో కోతి చిహ్నం గల జండాలను ఉపయోగిస్తారని అంటారు. ఇది ఒక ఆటవిక తెగ.

జైన మతంలో రామకథల్ని స్థూలంగా మూడు విధాలుగా విభజించవచ్చు. 1. సంఘదాసు 2. విమలసూరి 3. గుణభద్ర కథలుగా వర్గీక రించవచ్చు.

ఉత్తమ వంశానికి చెందిన రావణుడు జైన సంప్రదాయానికి చెందిన 63 శలాక పురుషులలో ఒకడిగా వర్ణిస్తాడు. మహోతప: సంపన్నుడు, గొప్ప విద్యావంతుడు, గొప్ప శస్త్రాస్త్రాలను పొందినవాడు. జైనమతం, జైన గురువులుపట్ల గొప్ప విశ్వాసం, భక్తి భావం కలవాడు. తనను ఇష్టపూర్వకంగా కోరని ఏస్త్రీని తాకనని ఒక జైన గురువు ఆజ్ఞమేరకు ప్రమాణం చేశాడు. ఒకయుద్ధంలో రావణుడు ఒక రాజును ఓడిస్తాడు. ఆరాజు భార్య రావణుని చూసి మోహిస్తే ఆమెను వారించి, ఆమె భర్త దగ్గకు వెళ్ళమంటాడు. తన మృత్యువు ఓ స్త్రీ ద్వారా కలుగుతుందని విని ఆశ్చర్యపోతాడు. ఇలాంటి గుణాలున్న రావణుడు సీత అందానికి వివశుడై ఆమెను దొంగలించి ఆమెను ఇష్టపూర్వకంగా ఆమె ప్రేమను పొందాలని ప్రయత్నిస్తాడు. ఎంతగొప్పవాడైనా ఒక చిన్న దుర్గుణంతో పతనం అవుతాడని రావణుని చావు ద్వారా తెలుస్తుంది. ఒకరకంగా రావణుడిది విషాదగాథ. జైన రామాయణాల ద్వారా రావణుని కథ వింటే అతని పట్ల గౌరవభావంతోపాటు, సానుభూతి కల్గుతుంది. ఈ పొనచరియల్లో జైన గురువుల గురించి, వారి పుణ్యక్షేత్రాలు గురించి, జైన కథలు గురించి పిట్టకథలు కనిపిస్తాయి.

వాల్మీకి రామాయణాన్ని విమల సూరి చేసిన సంస్కరణ జైన రామాయణ కథలలో అత్యంత ప్రభావవంతమైందిగాప్రసిద్ధి పొందింది.

1. కైకేయి భరతుడిని సన్యాసం స్వీకరించకుండా అడ్డుకొని, అతడు అలా మారకుండా ఉండాలంటే రాజుగా బాధ్యతలు అప్పగించాలని అనుకుంటుంది. ఆమె దుష్టురాలుగా కాకుండా ప్రేమను పంచే మాతృమూర్తిగా చిత్రించాడు.

2. రాముడు అజ్ఞాతంలో ఉన్నప్పుడు మూడు సార్లు వివాహం చేసుకున్నాడు. లక్ష్మణుడు11 సార్లు వివాహం చేసుకున్నాడు.

3. రావణుడు ధ్యానం, సన్యాసఅభ్యాసాలతో తన సామర్థ్యాన్ని ప్రదర్శించి ప్రసిద్ధి గాంచాడు.

4. రావణుడు నాగరికతతో విలసిల్లే రాజ్యానికి శాఖిహోర రాజు.

5. వాలి సుగ్రీవునికి రాజ్యాన్ని అప్పగించి జైన సన్యాసిగా మారుతాడు.

6. లక్ష్మణుడు పొరపాటు తో శంబూకుని వధించాడు.

7. రావణుడి నౌకాదళాన్ని బాణాలతో కొట్టి, రావణుని వధించారు.

ఇలాంటి అనేక అంశాల తో జైన రామాయణాలు వాల్మీకి రామాయణం తో విభేదించి, తద్విరుద్ధంగా రామకథనాన్ని చెప్పాయి. ఇవన్నీ జైన సిద్ధాంతాలకు అనుకూలంగా మార్చబడ్డాయి. జైన రామాయణంలో చిత్రించిన పాత్రలన్నీ జైన మతానికి కట్టుబడి ఉన్నట్లు చెప్పారు. జైన రామాయణంలో నాయకులకు దివ్యత్వం లేకపోవడం అతి పెద్ద వైరుధ్యం.

జానపద సాహిత్యంలో రామ కథా వ్యాప్తి

వంశానుగతంగా ప్రజలలో వస్తున్న కథల ఆధారంగా రామాయణం రచించినట్లు వాల్మీకి చెప్పడం కన్పిస్తుంది. అంటే ఆనాటి జానపదుల కథల ఆధారంగా రామాయణం రూపొందించారని తెలుస్తుంది.

భారతీయ భాషలన్నిటిలో ఈ రామాయణంకథలు, గేయాలు జానపద సాహిత్య రూపాల్లో విరివిగా కన్పిస్తాయి. అయితే ఇవన్నీ ఒకే కథలాగా కాకుండా విడివిడిగా ప్రచారంలో ఉన్నాయి. దక్షిణాది భాషలలో ప్రచారంలో ఉన్న స్త్రీల పాటలలో సీతమ్మవారి జననం, వివాహం, వనవాసం, అగ్ని పరీక్షలు, లవకుశల జననం, లక్ష్మణదేవర నవ్వు, రాముడిపై హనుమంతుడికి వున్న భక్తి ఇలా విడివిడిగా లభిస్తాయి.

తంబుర వాయిస్తూ దాసయ్యలు పాడే పాటలో సంపూర్ణ రామాయణం లభిస్తుంది.ఆటవికులు, దళితులు పాడే పాటలో రావణుని గురించి అతని భార్య మండోదరి గురించి జైన సాహిత్యంలో ప్రస్తావించినట్లు ముందుగా ప్రస్తావనతో ప్రారంభిస్తారు. సంస్కృతంలో సీత అంటే నాగటిచాలు లో దొరికిందని ఆపేరు పెట్టారు.జానపదంలో 'సీత' అంటే 'తుమ్మనాడు' అని అర్థం. అంటే తుమ్మనుండి పుట్టింది కాబట్టి ఆపాపకు సీతా అని పేరుపెట్టారట. ఇది కన్నడ జానపద భాషలో ఏర్పడ్డ జానపద వృత్పత్తి. వాల్మీకి కావ్యం లో కన్పించని ఎన్నో కథనాలు, కథలు, స్వభావాలు, లక్షణాలు జానపద సాహిత్యంలో భిన్నంగా కన్పిస్తాయి.

జానపదుల సాహిత్యం రామకథలో ప్రధానంగా సీతా,రాములను అనుసరించే సాగుతుంది. కొన్ని ప్రాంతాలలో రావణుడిని దేవుడిగా ఆరాధిస్తూ పాడుకునే జానపదగేయాలు కన్పిస్తాయి. వాల్మీకి రామాయణ కథను అనుసరిస్తూనే రసపూరితాలైన అద్భుత గేయాల్ని, కథల్ని జానపదులు ఎంతో సృజనాత్మకతతో సృష్టించుకుంటూ వచ్చారు. అవాల్మీక మైన ఎన్నోకథలు జానపద సాహిత్యంలో కన్పిస్తాయి.

భారతదేశంలోని గిరిజనుల సంప్రదాయాల ప్రకారం వందలాది రామాయణానికి చెందిన నృత్యాలు, నాటికలు, తోలు బొమ్మలాటలు, ముసుగు నృత్యాలునేటికీ ప్రదర్శింపబడుతున్నాయి. జానపద గిరిజనులు తమ పనులుచేసుకుంటూ ప్రకృతి నేపథ్యంలో రామాయణకథనాన్ని

అనుసరించి వేడుకలు చేసుకోవడం కన్పిస్తుంది. ఖిల్లాలు, సంతలు, గోండులు, ముండాలు, కొరులు, ఖాసీలు, మెయిటీలు, సారస్ లు, మిజోలు, బోడో కబారీలు మొదలైన గిరిజన తెగల మధ్య అనేక రామాయణ కథల సంస్కరణలను గమనించవచ్చు.

అస్సాం కొండ ప్రాంత స్త్రీలు నేత నేయడంలో నిపుణులు. వారు సీతను మంచి నేర్పుగల నేతకారిగా భావిస్తారు. మలయాళం గిరిజన సంప్రదాయంలో హనుమంతుడు రాముని పాదాల వద్ద కూర్చోవాలని పట్టుపడుతారు. రాముడు తుమ్మినప్పుడు, హనుమంతుడు అతని దీర్ఘాయుష్షును కోరుకుంటారు.ఇప్పటికీ ఇలాంటి సంప్రదాయం చాల తెగలలో ఉంది.

గిరిజనులుచాలామంది రావణుని ఉపాసకులు. రాముడుఎప్పటికీ రావణుని చంపలేదని అతని నీడ (ఛాయ) ను మాత్రమే చంపాడని బొమ్మల ఆటలో ప్రదర్శించడం కన్పిస్తుంది. మరికొన్ని గిరిజన జానపద సమూహాలు రావణుడు బ్రాహ్మణుడని అతని చంపడం తో రామునికి మూడు శాపాలు తగిలాయని అందులో (1) బ్రాహ్మణ హత్య, (2) భక్తహత్య, (3) ఛాయ హత్య అని విశ్వసిస్తారు.

స్థానిక భౌగోళిక ఆచారాలు, విశ్వాసాలు ఆచారాలతో రామాయణాన్ని అనుసంధానించి, స్థానిక కచేరుల నుండి పాటలు, కథనాలు చేర్చడం వల్ల సమాజంలోని నీతినియమాల్ని రామాయణ పాత్రలకు ఆపాదించడం ద్వారా రామాయణ రూపాన్ని తమభావనలకు అనుకూలంగా మార్చుకుంటారు. మధ్యప్రదేశ్ లోని గోండులు ఈశాన్యమిజోరం గిరిజనులుతమదైన రామాయణ రూపాన్ని తయారుచేసుకోవడం కన్పిస్తుంది.

ఇలా రామాయణకథాస్రవంతి వివిధ భారతీయ, భారతీయేతర భాషలలో కావ్యాలుగా, నాటకాలుగా వెలువడింది. రామకథ ఆధారంగా అనేక చలన చిత్రాలు, లఘు చిత్రాలు నిరంతరం వస్తునే ఉన్నాయి. ప్రాంతీయ సంస్కృతులు, కళాత్మకమాధ్యమాల యొక్క భిన్నశ్రేణులలో వ్యక్తీకరించబడుతోంది.

పాద సూచికలు

(1) శ్రీ రామ స్తోత్రమాల – పుట – 140.

(2) తెలుగు సాహితి వస్తు పరిణామం – పుట – 70.

(3) తెలుగు సాహితి వస్తు పరిణామం – పుట – 70.

(4) ముఖర్జీ పాండే, జిమ్లి times of India, India times.com TNN-20 డిసెంబర్ 2015.

(5) భారతీయ సాహిత్య నిర్మాతలు – వాల్మీకి – (ఇల పావులూరి పాండురంగారావు).

(6) పూర్వగాథల హరి పుట – 534

(7) ఇలపావులూరి పాండురంగారావు – భారతీయ సాహిత్య నిర్మాతలు.

రెండవ అధ్యాయం

రామాయణం – జన జీవన చిత్రణ

రామాయణం నిజంగానే మహాకావ్యం. పేరుకి రామ కథే,కానీ భౌగోళిక స్వరూపం, నైతిక అంశాలు, వీరత్వం, మూర్తీభవించిన మానవత్వం, మానవ సంబంధాలు – ప్రేమలు, దుష్టత్వం, రాజనీతి, సమాజ చిత్రణ, యుద్ధాలు– రణతంత్రం ఇలా ఎన్నో కోణాలలో ఈ మహా కావ్యాన్ని చిత్రించాడు వాల్మీకి మహర్షి. రామాయణం శ్రీరామ పట్టాభిషేకమో! రావణ సంహారానికో పరిమితం చేయకుండా అన్ని వేదాలు –ఉపనిషత్తుల సారాన్ని ఇందులో ఇమర్చాడు. ఈ కోవలోనే వాల్మీకి మహర్షి తన రామాయణ కావ్యంలో సమకాలీన సమాజాన్ని ప్రతివళింపచేశారు.

వాల్మీకి చిత్రించిన నైతిక సమాజం

నైతిక సమాజ స్థాపనే రామాయణం – ఆవశ్యకత, నైతిక వ్యక్తులు లేనిదే నైతిక సమాజం అసాధ్యం. నైతిక స్థాయికి ధర్మం మూలం.సత్యమే పరమధర్మం.

ఒక గుర్రం విషయంలో అసత్యమాడితే వంద గుర్రాలను చంపిన పాపం కలుగుతుంది. ఒక ఆవు విషయంలో అసత్యమాడితే వేయి ఆవుల్ని చంపిన పాపం కలుగుతుంది. ఒక మనిషి విషయంలో అసత్యమాడితే ఆత్మహత్య, స్వజనులను వధించడం వల్ల కలిగే పాపం కలుగుతుంది (4–34–9).

నిందలకు భయపడిన ప్రజలు చక్కని సాంఘికాచారాల్ని పాటించేవారు. లోకనిందకు భయపడి రాజులు కూడా అన్యాయం చేయడానికి వెనుకంజవేసేవారు. రాముని అడవులకు పంపాలని కైకేయి పట్టుబడితే దశరథుడు లోక నిందకు భయపడతాడు. ఇలాంటి ఘట్టాలు రామాయణంలో కోకొల్లలుగా కనిపిస్తాయి. లోకనిందకు భయపడి రాముడు సీతకు అగ్ని పరీక్ష పెట్టడం, ఆ అడవులకు పంపడం లాంటి పనులు చేస్తాడు.

శకునాలు – నమ్మకాలు.

భారతీయ ప్రజాజీవన స్రవంతిలో విశేషమైన ప్రభావాన్ని చూపే సాంఘికాచారాలలో శకునాలు – విశ్వాసాలు అనేవి ప్రధానమైనవి. శుభాశుభ శకునాలపైన ప్రజలకు అపారమైన విశ్వాసం ఉండేది. ఏపని ప్రారంభించినా శకునాల ఆధారంగా ఆ పని జరుగుతుందా? లేదా అని

నిర్ణయించుకునేవారు. వీటి శాస్త్రీయత ప్రశ్నార్థకమైనందున హేతువాదులు వీటిని మూఢ నమ్మకాలంటారు. అయితే భారతీయ సమాజంలోనే కాదు, వివిధ దేశాలలో వీటిని గురించి ప్రచారం ఎక్కువగా కన్పిస్తుంది. ఈ శకునాలపై శకునశాస్త్రమనే గ్రంథాన్ని గర్గముని రచించాడు.

శంఖనాదం, సింహాసనం, మంగళవాయిద్యాలు, మండుచున్ననిప్పు, కన్య, గుర్రం, గంధం, పూలు, అక్షతలు, భద్రం, పల్లకి, విదఘోష, ఏనుగు, పెరుగు, నెయ్యి, మద్యం, మాంసం, చేప, ఇస్త్రీ బట్టలు, ఏడ్పు లేని శవం, విద్యలు, అద్దం, పూర్ణ కుంభం ఎదురైతే మంచి శకునాలని, చెవిటి, కుంటి, పిచ్చివారు, ఒంటరిబ్రాహ్మణుడు, చర్మం, ఎముకలు, జడధారి, నూనె, ప్రత్తి, మాలికలు, కట్టెలు, ఉప్పు, మజగ, బెల్లం, కసవు, దిగంబరుడు, పాము, క్షౌరం చేయించుకున్నవారు, తలవిరబూసుకున్నవాళ్లు, దీర్ఘరోగులు ఎదురైతే చెడుశకునాలని పెద్ద బాల శిక్ష తెలుపుతుంది. ఇవేవి కాకుండా ఇంకా చాలా అంశాలు ఈ కోవలోకి వస్తాయి.అయితే సంస్కృతిని బట్టి శకునాలు మారుతుంటాయి. అమెరికాలో నల్లపిల్లిని అశుభసూచకంగా భావిస్తే, ఇంగ్లాండులో శుభసూచకంగా భావిస్తారు.

వాల్మీకి తన సమకాలీన సమాజంలోని శకునాల్ని సందర్భోచితంగా తన కావ్యంలో తెలిపాడు.

"నిమిత్తం లక్షణం స్వప్నం శకుని స్వర దర్శనం
ఆవశ్యం సుఖదుఃఖేషు నరాణం పరిద్రుశ్యతే" (3-52-2)

కాలో, కన్నో కనిపించడం, స్వప్నాల వల్ల పక్షుల అరుపుల వల్ల, పక్షులు కన్పించడం వల్ల భవిష్యత్తులో జరిగేసుఖ, దుఃఖాల్ని ఊహించేవారు.

చావు దగ్గర పడ్డ వారి కలలో బంగారు చెట్లు కనిపిస్తాయని ప్రజలు విశ్వసించేవారు. (ఆర.47–37).

దశరథ మహారాజుకు తన చావును సూచించే కొన్ని సూచనలు కన్పించడంతో రామునికి పట్టాభిషేకం చేయాలని తొందర పడేవాడు (3-52-2).

తలవెంట్రుకలు లేని నల్లటి మనిషి పిచ్చిగాతి రుగుతూ ఇంటింటా తొంగి చూస్తూ కనిపిస్తే ఆరాజ్యం మొత్తానికే ఆపద కలుగుతుందని భావించేవారు (6-35-33,34).

సూర్యుడు, చంద్రుడు లాంటి ప్రకృతి శక్తులు తేజస్సు కోల్పోవడం,ఉల్కలు రాలడం, భూమి కంపించడం, పర్వాతాలలో శబ్దాలు వినిపించడం, మహావృక్షాలు కూలడం, భయంకరమైన పక్షి కూతలు, రక్తమాంసాలు తినే పక్షులు మేఘాలు లేని ఆకాశంలో తిరుగుతూ రథానికి ఎడమవైపు తిరగడం, గద్దలు, కాకులు, ఏడుస్తూ కొట్టుకోవడం, ఇంటి కప్పుపై వేలాడదీసుకున్నముఖంతో

గ్రద్దలు కూర్చోవడం, ఎర్రటి పాదాలతో వున్న తెల్లటి పావురాలు ఇళ్లలో తిరగడం ఇవన్ని కూడా అశుభసూచకాలుగా భావిస్తారు.

పురుషులకు ఎడమకన్ను, ఎడమ భుజము అదరడం, హృదయం వేగంగా కొట్టుకోవడం, స్త్రీలకైతే కుడికన్ను కొట్టు కోవడం, శరీరం కంపించడం, కంట్లో నీరు పుట్టడం, స్వరం కఠోరంగా మారడం అశుభసూచకాలే.

సీతారాముల వివాహ సమయంలో ఒక కాకి అశుభ సూచకంగా అరవడం, వారి ఎడబాటుని సూచిస్తుంది. రామసుగ్రీవుల మైత్రి సమయంలో ఒక కాకి హర్షధ్వని చేస్తుంది. ఆనాడు ఎడబాటును సూచించిందే ఈరోజు సంయోగ సూచకంగా హర్షధ్వని చేస్తోందని రాముడంటాడు(4–1–55,56)

యుద్ధ సమయాల్లో శకునాలు ప్రత్యేకంగా భావించేవారు. నక్కలు కనిపించడం అశుభసూచకం. రక్త సిక్తమైన నేలపై పడడంచూస్తే అది అపజయానికి సూచనగా భావించేవారు (6–53–22).

త్రిజట స్వప్న వృత్తాంతం ఆనాటి జనులకు కలలు, వాటి ఫలితాలపై వున్న విశ్వాసానికి ప్రజలే సాక్ష్యం. (5–27).

తెల్లవారే ముందు వచ్చే స్వప్నాలు నిజమవుతాయని భావించేవారు. నేటికీ ఈ విశ్వాసం భారతీయులలో కనిపిస్తుంది. తానో దశరథుడో, రాముడో, లక్ష్మణుడో మరణించినట్లు సందేహం కలిగించే చెడు స్వప్నం తెల్లవారే ముందు భరతునికి కలిగింది.

"వృష్ట మివతుతం రాత్రిం,

దృష్ట్వా తం స్వప్నమ ప్రియం,

అహం రామోదవరాజా,

లక్ష్మణో వీ మరిష్యతి" (2–69–17)

స్వప్నంలో కోతి కనపడడం అశుభసూచకం. (5–32–9)

కొండపై నిద్రించేటప్పుడు కల వస్తే తప్పక ఆ కలలు ఫలిస్తాయట –(3–73–33)

బంగారుచెట్లు కలలో కనిపిస్తే వాడికి మృత్యువు ఆసన్నమైనదని భావించేవారు (6.47–39).

కొత్త ఇంట్లోకి ప్రవేశించునప్పుడు కుడికాలు ముందుగా పెట్టాలి. ఎడమ కాలు పెడితే అశుభంగా భావిస్తాం.అందుకే హనుమంతుడు లంకా ప్రవేశం ఎడమ కాలు తో చేశాడు (సుం –4–3).

ఆహారం – వంటలు – వంట పాత్రలు

ఆనాటి ఆహారాలలో భక్ష్య, భోజ్య, చోష్య, లేహ్యాలు – అని నాలుగు రకాల వంటలు వండేవారు. (1-52-23, 2-91-20, 2-50-39). రొట్టెలు లాగా నమిలి తినేవి భక్ష్యాలు. అన్నంలాగా ఎక్కువ శ్రమలేకుండ మ్రింగబడేవి భోజ్యలు. చెఱకును పట్టినట్లు పీల్చి తినేని చోష్యలు. తినే పచ్చడి లాగ నాక బడేవి లేహ్యలు. ఆనాటి ఆహర పదార్థాలలో బియ్యం ప్రధానంగా ఉపయోగించేవారు.

రాముని వెంట సీత అడవులకు వెళ్ళినప్పుడు దశరథుడు విలపిస్తూ అంతఃపురంలో వివిధ రకాల ఆహరపదార్థాలతో పాటు తెల్లని పూల వంటి వరి అన్నం తినే సీత అడవుల్లో వెదురు బియ్యపు అన్నాన్ని ఎలా తింటుందని అంటాడు.

భక్ష్యాశనం విశాలాక్షీ సూపదం శాన్వితమ్ శుభం

వన్యం నైవార మాహారం కథం సతో పభక్ష్యతీ: (2-61-5)

కుంభకర్ణుడు నిద్ర లేవగానే అతని ఆకలి తీర్చడానికి రాక్షసులు వరి అన్నాన్ని రాసులుగా పోశారు.

చక్రుర్ణ బుతుశార్ద్దూ లా రాశి మన్నస్య చాద్బృ తమ్. (6-60-32)

వరి బియ్యంతో రకరకాల వంటకాల్ని తయారుచేసేవారు.

పూజాది కార్యక్రముల్లో అక్షత (2-20-17) లుగా వాదేవారు.అన్న (2-11-20) ఓదన్(1-57-3) అన్నంగానూ పులగం లేదా బియ్యం, నువ్వులతో, పాలతో తయారుచేయబడ్డ అన్నాన్ని కృసర్ (2-75-30) అని అన్నారు. పాలలో చక్కెర వేసి వండిన బియ్యపు వంటను పాయస (2-715-30) అని పిలిచేవారు.

శుభ్రం చేయబడ్డ బియ్యాన్ని తండుల్ (1-5-17) అని వెదురు బియ్యాన్ని నివార (2-61-5) అని, ఒక విధమైన వడ్లను కలమ్ (4-14-16) అని పిలిచారు.ఆటవికులు వెదురు బియ్యాన్ని ఉపయోగించేవారు.

ఆనాటి వంటకాలలో ప్రధానమైన తీపి పదార్థం పాయసం, దశరథునికి యజ్ఞపురుషుడు పాయస పాత్రను అందించారు.

భరతునిసైన్యానికి వడ్డించిన పాయసం అధికమై భరద్వాజుని ఆశ్రమం చుట్టు బురదలాగా మారిందట, పాయస కర్ధ మాహా: (2-91-69) మృష్టానం(1-53-3), మోదక (2-20-17),లాజ్ (2-3-16),శాలి (1-5-7), హవి ష్యాన్నం(2-56-14) మొదలైన వంటలు బియ్యంతో తయారు చేసినారు.

గో సంపద అధికంగా ఉండడం వల్ల మజ్జిగ (తపద్ద) (2-91-72), చిక్కటి పాలు (క్షీర) (2-3-14), పాలు (ఖోవా, గోరస్) (3-16-17) పెరుగు (దధి) (1-53-3) విశేషంగా వాడేవారు.

వశిష్ఠుని ఆశ్రమంలో పెరుగు నదులలాగా ప్రవహించేదని వాల్మీకి అంటాడు (1-53-3) చక్కెర, మసాలాలతో 'రసాల్ ' (రామత) ను తయారుచేసేవారు. (2-91-73) తాలింపులను 'నిష్ఠాన్' అని, మిరపకాయల్ని మరీచ్ అని, నెయ్యిని స్నేహ లేదా లైవ్ అనివాల్మీకి పేర్కొన్నాడు.

తేనె, చక్కెర, పండ్ల రసాలతో రాగ ఖాండవ్ (5-11-18) అనే పాయసాన్ని తయారు చేసేవారు. తేనెను మధు(2-36-6) అనీ, చక్కెరను శర్కర (2-91-73) అని పిలిచారు.

ఆకుకూరల పులుసుని సూప్ (2-91-67) ను భరధ్వాజ్ ని ఆశ్రమంలో భరతుని సైన్యానికి వడ్డించారు.

ఫల నిర్వుహా సంసిద్ధేహసూక్ష్మైర్గ్రంథ అని అనడం వల్ల సూప్ లో పండ్ల రసం కూడా కలిపేవారు.

ఆశ్రమాలలో (2-91-2), కర్మకాండలలో (3-11-57) కూడా వివిధ మాంసాహారాల్ని వినియోగించేవారు. మాంసం పవిత్రమైంది, రుచికరమైందని భావించేవారు. రాముడు ఈ విషయాన్ని సీతతో అంటాడు.

నిషసాద గి ప్రజా సీతాం మాంస్య భండముున్

ఇదం మధ్యమిదం స్వాదు నిష్ఠప్త మిద మగ్ని నా (2-96-1-2) అని నిప్పులపై కాల్చ బడ్డ మాంసాన్ని గురించి సీతతో చెబుతాడు.

రాముని వనవాస కాలంలో మొదటిరోజే ఆహారం కోసం వరాహం, ఋష్యం, పృషతం, మహారురు అనే జంతువుల్ని వేటాడు.

"తాత్ర హత్య చతురో మహామ్మృగన్ వరాహ మృశ్యం వృషతం మహారురు ఆదాయ పాద్యం 'త్వరితం బుభుక్షి తవ్ వీసాయ కాలేవ యతుర్ధవ స్మృతిమ్" (2-52-102) . రావణుడు, కుంభకర్ణుల లాంటి వారి కోసం జింకలు,దున్నపోతులు,పందుల మాంసాన్ని రాసులుగా పోసేవారని తెలుస్తోంది, (5-11-14, 6-60-32) చాలా సందర్భాలలో వివిధ మృగాల, పక్షులమాంసాన్ని గురించి రామాయణం తెలుపుతోంది.(3-44-27), (3-47-23) (5-11-16-7), (3-73-12) అలాగే చేపల్ని కూడ (3-68-13, 3-51-27) గుహుడు భరతునికి ఇచ్చిన ఆహారంలో చేప మాసం వడ్డించాడు. పంపా సరస్సులో చక్ర, రోహిల్,నీలమాన అనే జాతుల చేపలు శ్రేష్ఠమైనవిగా వాటిని ఆహారంగా తీసుకోమనికబంధుడు రాముడికి సూచిస్తాడు. చేపలచర్మం, రెక్కలూ తీసి, వేయించి స్వీకరించేవారు .(3-73-14-6). తాజా మాంసంతోపాటు, ఎద్దు మాంసం వినియోగంలో ఉండేది.(2.10-2-84-17)

మాంసాహారం ఇంత వినియోగంలోఉన్నా అది ఉత్తమ ఆహారంగా భావించలేరు. శాకాహారాన్ని శ్రేష్ఠమైన ఆహారంగా గుర్తించారు. వివిధ మహోత్సవాలలో విశేషంగా వంటలు వడ్డించడం కన్పిస్తుంది (1-14-11) 1(1-14-13) (-11-2) యాచకులు తృప్తి పడేవరకు వారికి కావల్సినవి వడ్డించండి అనే మాటలే వినిపించేవి.ఆనాడు మూడుపూటలా ఆహారాన్ని స్వీకరించేవారు. సూర్ లేదా సూపకారో ' అనే పేర్ల తో వంటవారిని, వంటవాడిని పిలిచేవారు (3-54-25, 2-83).లక్షలోఒకడికి వంటలో నేర్పు ఉండేది .(3-76-16). వంటవాళ్లుఅందమైన దుస్తులు, ఆభరణాలు ధరించి ఆహారాన్నివడ్డించేవాళ్ళు.

వాల్మీకి ఆనాటి వంటకాలకే కాదు వాటిని తయారు చేయడానికి ఉపయోగించిన పాత్రల్ని పేరుకొన్నాడు.

కామస్య రోహన్ – పాలు కాచే కంచు పాత్ర (1-72-23)

పాన ఖాజన్ – త్రాగడానికి ఉపయోగించే గిన్నె(5-11-1)

కలాశ్ – కలశం చెంబు (2-63-38)

పిఠర్ – పెనం (2-91-35)

ఉలూఖర్– రోలు (6-111-115)

దారుపాత్ర –కొయ్య పాత్ర(6-111-116)

కరంభి – పెరుగు చిలకరించడానికివాడే పాత్ర(2-91-72)

భాటిన్ – రసాల్ని నిల్వ చేసే కుండ(2-91-35)

మంథన్ – కవ్వం (1-45-18)

తాహి – రాగి ఇనుము పాత్రలు (2-91-68)

స్థాలి –పళ్ళెం–(2-91-70,72)

సురాపానం

సురా, మదిరా, మద్యం అనే పదాలు మత్తు పదార్థాలకు పర్యాయాలుగా వాడేవారు.దీన్ని తయారు చేయడంలో ఎంతో ఉత్సాహం చూపేవారు. ఇలా తయారుచేసిన దాన్ని కృతసురా(5.1-22) అని పిలిచేవారు. సువాసనలు వెదజల్లే మద్యాన్ని ' మైరేయం' అని అన్నారు.(44-33-7) బెల్లంతో తయారు చేసే మద్యాన్ని 'సీజీ' అని పిలిచారు (5-11-32)

ఈ కార్యంలో మత్తు కల్గించే వస్తువును 'మండ'(2-36-12) సౌవీరక (3-47-75), వారుణీ(6-3-48) సురాగ్య 3-47-45) సునిష్ఠిత (2-91-15)మొదలైన మద్యం లోని రకాల్ని రామాయణం పేర్కొంటుంది.

కిష్కింధలోనూ, ఆయోధ్యలోనూ, లంకలోనూ విశేషంగా మద్యం అందుబాటులో ఉండేది. కల్లుపాకల్ని, పానశాలల్ని వాటి స్వరూప స్వభావాలని పలుచోట్ల వాల్మీకివర్ణించినా లంకానగరంలో హనుమంతుడు చూసిన పానశాల స్వభావికమైన వర్ణనతో అలరారుతోంది (5-5-11,2) చాలాచోట్ల ఈ సురాపానాన్ని రామాయణంతిరస్కరిస్తోంది. తప్పతాగిన సుగ్రీవుని లక్ష్మణుడు తీవ్రంగా చూపిస్తాడు. (4-34-12)

ఆరోగ్యం

ఆయుర్వేద శాస్త్ర పితామహుడైన ధన్వంతరి వర్ణన రామాయణంలో కన్పిస్తుంది. వాతం, పిత్తం, కఫం అనే త్రిదోషాలు మనోహరంగా వర్ణింపబడ్డాయి. (1-45-31, 32, 7-5-7) అయోధ్యా నగరంవైద్యులతో విలసిల్లేది. (2-100-42) రాజుల పరిచర్యలకు నిపుణులైన వైద్యులు నియమింపబడేవారు. (2-10-30) రోగానికి వ్యాధి, ఆమయ అనే శబ్దాలు ప్రయోగింపబడ్డాయి. ఆతుర అంటే రోగి అని,వ్యాధితఅంటే దీర్ఘకాలిక రోగి అని అర్థాలున్నాయి. చికిత్సలు చేసే పద్ధతుల్ని విధాన ' అని పిలిచేవారు. ప్రార్థనల ద్వారా రోగనివారణ జరుగుతుందని విశ్వసించేవారు. (7-35-50,65)

కొండ, కోన, వనాల్లోదొరికిన మూలికలతో ఔషధాల్ని తయారు చేసేవారు. (6-74-29,32) సర్పవిషాల్ని తొలగించే ఔషధాలకు పెట్టింది పేరు మహేంద్ర పర్వతం (5-1-21). రోగాన్ని తొలగించడానికి లేదాబాగు చేయడానికి మంత్ర తంత్రాల్ని ప్రయోగించేవారు. 6-50-28)

భయంకర అస్త్ర శాస్త్రాల గాయాలను తప్పించుకోవడానికి యుద్ధానికి వెళ్ళే ముందు తమ శరీరాలపై ఆకు పసర్లు, ఔషధులను,గంధాలను పూసుకునేవారు. (6-69-18) మూర్ఛలో నుండి తేరుకోవడానికి సుగంధాలతో కూడిన జలాన్ని చల్లేవారు (6-83-12).

యుద్ధ భూమిలో క్షతగాత్రులకు వైద్యం చేయడానికి వైద్యులు వెంట వెళ్ళేవారు (2-8 3-14). ఆనాడు సుగ్రీవుని ఆస్తానంలో సుషేణుడనే వైద్య శిఖామణి ఉండేవాడు.రామ రావణ యుద్ధంలోఆయన వానర సేనకు వైద్యం చేసేవాడు.

లక్ష్మణుడు ఇంద్రజిత్తుచేత గాయపడ్డప్పుడు సుషేణులు మృతసంజీవిని, విశల్యకరణీ, సువర్ణ కరణీ, సంధాని అనే నాలుగు గొప్ప ఔషధాలను హిమాలయాల నుండి తెమ్మని హనుమంతునికి ఆజ్ఞాపిస్తాడు. ఇవి మూర్ఛను పోగొట్టేవి, బాణాలను తీసి గాయాల్ని బాగుచేసేవి, బాధనివారిణి, పూర్వపుశోభను కల్గించేవి, విరిగిన ఎముకల్ని జోడించే శక్తివంతమైన ఔషధాలు.

రావణని తాకిడికి లక్ష్మణుడు మూర్ఛ పోయినప్పుడు సుషేణుడు మహోదయం పర్వతం నుంచి అవే ఔషధాలను తెప్పించి, వాటిని చూర్ణం చేసి, లక్ష్మణునికి వాసన చూపించి, అతన్ని మూర్ఛ నుండి పైకిలేపుతాడు. (6-101-44)

ఆనాటి వైద్యులు శల్య చికిత్స బాగా తెలిసినవారు. వీరిని శల్యకృత్ అనే వారు. గర్భాశయ శల్యక్రియలు (ఆపరేషన్స్) కూడా బాగా తెలిసినవారు. అవి సీత మాటల ద్వారా తెలుస్తోంది. (5-28-6) అలాగే నేత్ర చికిత్సలు, కళ్లు అమర్చే చికిత్సలు (2-14-5), అంగమార్పిడి చికిత్సలు (1-49-9) ఉన్నట్లు తెలుస్తోంది.

శవాలను తైలాలతో నిండిన పెద్ద పెనంలో భద్రపరిచేవారు.(2-66-14), (7-75-2, 4) (7-57-11) చికిత్స సమయంలో రోగికి పత్యం తప్పనిసరి. పత్యం లేకపోతే రోగాన్ని పిలిచినట్లే (2-64-59). మితభోజనం ఆరోగ్యసూత్రంగాను, అధిక భోజనం అనారోగ్య హేతువుగాను భావించేవారు. (3-50-18)

క్రీడలు

శారీరక మానసిక ఉల్లాసానికి క్రీడలు ఎంతో ఉపయోగపడతాయి. సుసంపన్నమైన ఆనాటి రాజ్యాలలో రాజులు, రాణులే కాదు సాధరణ ప్రజలు కూడా ఎంతోఉల్లాసభరితమైన జీవితాన్ని గడపడానికి వివిధ క్రీడల పట్ల ఆసక్తి కనబరిచేవారు.

రామాయణం ముఖ్యంగా జూదం, చదరంగం, వేట క్రీడల గురించి విశేషంగా చెబుతుంది.

జూదం

ప్రాచీన క్రీడగా జూదాన్ని గురించి సాహిత్యం పేర్కొంది. ఆ కాలంలో దీన్ని ధ్యూతం అని పిలిచేవారు. రామాయణంలో 'దూర్త' శబ్దం 'జూదరి' శబ్దానికి మూలరూపంగా ఉప యోగించారు. (5-9-31) తరువాత కాలంలో దూర్తుడు అంటే మోసగాడు, నమ్మకద్రోహి లాంటి అర్థాలని తెలియజేసేవిగా పరిగణించబడింది.

అక్ష (2-75-41), దేవన (5-9-31), పణ (6-61-4) అనే శబ్దాలు రామాయణం పేర్కొంది. అక్ష అంటే పాచికలు. పాచికలతో ఆడే జూదాన్ని దేవనమని పిలిచేవారు. పందెం కాసే దాన్ని పణం అని అన్నారు.

వాల్మీకి లంకా నగరం తగలబడడం చూసి దాని స్థితిని వర్ణించే సందర్భంలో ఓడిన జూదం తో పోలుస్తాడు.

"ప్రధ్యాయత ఇవావశ్యత్రదీపాం సత్ర, కాంచనాన్ l
ధూత్రా నివ మహా ధూరైం ర్దేవ పనేవ పరాజితాన్ ll (50-90-31)

మరోచోట అశోక వాటికను వర్ణించే సందర్భంలో అక్కడి చెట్లు, ఆకులు, పూలు, పండ్లు రాలి ఉండడాన్ని జూదం లో ఓడిపోయి సర్వస్వాన్ని పోగొట్టుకొని అప్పు తీర్చడానికి తన శరీరంపై ఉన్న వస్త్రాలు, ఆభరణాలు చెల్లించినట్లు ఆ వనం ఉందని, వనాన్ని — జూదరితోపోలుస్తారు.

జూదరితో నిర్ధూత పత్ర శిఖరాః శీర్ణ పుష్ప ఫల ద్రామ!
నిక్షిప్తవస్త్రాభరణా ధూర్తా ఇవ పరాజితః (5–44–15)

అయితే ఈ క్రీడను పాపకార్యంగా భావించే వారు. భరతుడు కౌసల్యతో చెప్పిన మాటలే ఇందుకు సాక్ష్యాలు.

"మద్య ప్రసక్తో భవతు స్త్రీ స్వక్షేషు నిత్యశః యస్యా ర్యోనుమతేగతః (22–75–41)"

నేను రాముడు అడవులకు వెళ్ళడానికి సమ్మతి తెలిపి ఉంటే పాచికల మోహంలో పడినవాడికి ఎలాంటి పాపం కల్గుతుందో, అలాంటి పాపమే నాకు కల్గుగాక! అని కౌసల్యతో భరతుడంటాడు.

కందుక క్రీడ

బంతి ఆటనే కందుక క్రీడ అన్నారు.దీన్ని ప్రత్యేకంగా వర్ణించక పోయినా రావణ సుగ్రీవుల ద్వంద్వయుద్ధాన్ని వర్ణించేటప్పుడు పోలికగా ఈ ఆట ప్రస్తావన తెచ్చారు.

"కందుపత్ సుముత్తాయ బహుష్మి మక్ష్ణి పద్దరి'(6–40–13)

రావణుడు నెట్టగా సగ్రీవుడు బంతిలాగా పైకెగిరి అతన్ని క్రిందకు పడదోశాడని అర్థం.

వేట

అడవుల్లో, వివిధ మృగాలను వేటాడేవారు. ఆనాటి వారు దీన్ని ఓ క్రీడగా భావించేవారు. రాజుల క్రీడలలో వేట కూడా ఒకటిగా రాముడు పేర్కొంటాడు. (4–18–38, 4D), వన్య మృగాల్ని వేటాడడానికి కుక్కల్ని వినియోగించేవారు. వివిధ మధుర ధ్వనులతో జింకల్ని మభ్యపెట్టివలలో వేసుకునేవారు. ఈ వేట లో ఏనుగని భ్రమపడి మునికుమారుడైన శ్రవణకుమారుడిని బాణంతో చంపివేశారు.

చదరంగం

దీన్నే నేడు 'చెస్ ' అనే పేరుతో పిలుస్తున్నాం. దీన్ని విదేశీ ఆటగా భ్రమపడుతున్నాం. లంకేశ్వరుడైన రావణుడు స్వయంగా ఈ క్రీడను కనిపెట్టాడని రాజతరంగిణి తెలుస్తోంది.[1] అయితే రామాయణంలో చదరంగానికి సంబంధించి రెండు పదాలు మాత్రం కనిపిస్తాయి.(1) అష్ట పద, (2) చతురంగబల, వీటి ఆధారంగానే చదరంగం అనే క్రీడ ఆనాడున్నట్లు ఊహించవచ్చు. అష్ట పద ఆకారంలో అయోధ్య నిర్మతమైనట్లు వాల్మీకి పేర్కొంటాడు (అష్ట పదాకర:1–5–16) ఈ అష్ట పదం అనేది చతురంగపుపలక అని భావించవచ్చు.

సైన్య వ్యవస్థల్ని చతురంగబలాలని పిలిచేవారు.రథగజ, తురగ పరాది సైనికులతో యుద్దాలు చేసేవారు. రాజు మంత్రి సహాయం తో వ్యూహాల్ని రచిస్తూ యుద్దాలు చేస్తుంటారు. దీన్ని ఆధారంగానే 'చదరంగం' క్రీడ ఏర్పడింది. ఈ క్రీడ వేద సాహిత్యలలోను కనిపిస్తుంది.

దండనలు

రాజభిర్ధృత దండస్తుకృత్యాపాపాని మానవః
నిర్మలాస్స్వర్గ మాయన్తి స్తన స్సుకృతినో యథా (4–18–32)

పాపాలు చేసిన మానవులు రాజులచే, శిక్షింపబడాలి. తద్వారా వారు పుణ్య కార్యాలు చేసి పుణ్యపురుషుల వలె మలినం లేని వారై స్వర్గాన్ని పొందుతారు అని వాలితో రాముడు అంటాడు.

దండ అంటే కర్ర, సిబ్బంది అని అర్థం. అధికారం యొక్క ప్రాచీన చిహ్నం దోషులను శిక్షించడానికి యంత్రాంగం ఏర్పాటు చేసుకున్న ప్రాచీన భారతంలో రాజు అమోదంతోనే దండనలు అమలు అయ్యేవి. స్మృతులు ధర్మ ఆధారిత న్యాయాన్ని అమలు చేయడానికి సమర్ధమైన న్యాయ వ్యవస్థ యొక్క ఆవశ్యకతను ఎత్తి చూపాయి. రాజు యొక్క ముఖ్య కర్తవ్యం న్యాయ నిర్వహణ అని పేర్కొన్నాయి. చట్టాన్ని అమలు చేయడం, ప్రజలను సురక్షితంగా ఉంచడం, దుర్మార్గులను శిక్షించడం రాజుకున్న ముఖ్యమైన బాధ్యతలు.

రాముడు వాలిని చంపడంలో, వాలి యొక్క అధర్మ చర్య ప్రధానం అని వాదిస్తాడు. వాలి చేసిన అధర్మ కార్యం తమ్ముడి భార్యను ఆశించడం.అందుకే ధర్మ పరిరక్షణకోసం వాలిని వధించానని అంటాడు.

యజ్ఞ యాగాదుల్ని నాశనం చేసిన రాక్షసులను శిక్షించాడు. గొప్పవాడైన రావణుడు స్త్రీ వ్యామోహం వల్ల రామునిచే శిక్షంపబడ్డాడు. విచ్చలవిడి కోరికలచే శూర్పణఖ లక్ష్మణునిచే శిక్షింపబడింది.

విద్యావ్యవస్థ

ఆనాటి విద్యాకేంద్రాలుగా ఆశ్రమాలు విరాజిల్లేవి. ఋషీశ్వరుల ఆధ్వర్యంలో ఇవి నడిచేవి. నగరాలకు దూరంగా అడవులలోనూ, నదీతీరాలలో ఆశ్రమాలుండేవి. వాల్మీకి రామాయణంలో వర్ణించిన ప్రధాన ఆశ్రమాలకు వశిష్ఠముని, విశ్వామిత్ర మహర్షి అగస్త్యముని, ఋష్యశృంగముని, గౌతమముని, భరద్వాజముని, వాల్మీకిమహర్షి, మాతంగమహర్షి, సులేక్షణ మరియు శరభంగ మహర్షుల ఆధ్వర్యంలో నడిచాయి.

విద్యకు గురువులు మౌఖికంగానూ, చర్చ విధానం ద్వారా అందించబడేది. భోదన మూడు పద్ధతులలో జరిగేది (1) వినడం (2) అసీమలేషన్ (3) ధ్యానం.

వైదిక సంప్రదాయంలో పదం అంటే శబ్దం బ్రాహ్మణం. దీన్ని శ్రద్ధగా విని నేర్చుకోవడం చాల ప్రధానమైంది. ఈ పదం శబ్దపూరితమైన మంత్రం. దీని శక్తి, భావం మిక్కిలి ప్రభావాన్ని

కల్గివుంటుంది. ఈ ధ్వని లయ యొక్క కంపనలు పరిసరాల్ని, మనస్సును ప్రభావితం చేస్తుంది. ఈ పదాన్ని సరిగా ఉచ్చరించడంద్వారా విద్యార్థి ప్రతిభను నిర్ణయించేవారు. ధర్మబద్ధమైనజీవనాన్ని నైతిక విలువల్ని పాటిస్తూ, సత్యం,విధేయత, స్వీయ నియంత్రణ, బ్రహ్మచర్యం, గురువు పట్ల భక్తి, సాధారణమైన కఠినమైన జీవితం, మర్యాద మొదలైన సద్గుణాలను ఆచరించేవారు.

విద్య యొక్క ప్రధాన లక్షణం ప్రేరణలను నియంత్రించడం మరియు ఆధ్యాత్మికంగా ఎదగడం. విద్యార్థులు ఆశ్రమంలో గురువుగారి కుటుంబ సభ్యునిగా కొనసాగడం, కలపను సేకరించడం, ఆశ్రమాన్ని పోషించడం, ఆశ్రమంలోని పశు,పక్ష్యాదులను చూసుకోవడం, భిక్షాటన, ప్రార్థన, మంత్ర పఠన లాంటివి విద్యాభ్యాసంతో పాటు చేయాల్సి ఉండేవి.

విద్యార్థులను 7సం॥ వయస్సు రాగానే ఆశ్రమంలో చేర్చేవారు. అన్ని కులాల వాళ్లు చేరడానికి అర్హత ఉండేది.

గురువులు శిష్యులతో కలిసి ప్రయాణించేటప్పుడు ఆయా ప్రాంతాల విశిష్టతను శిష్యులకు చెప్పేవారు. విశ్వామిత్ర మహర్షి రామలక్ష్మణుల్ని వెంటబెట్టుకుని వెళ్లినప్పుడు ఆయాప్రాంతాలు గురించి, వివిధ ఆయుధాలు గురించి వివరించడం కనిపిస్తుంది.

రాముడు చిత్ర కూటంలో భరతుని ప్రశ్నించడంలో ఆనాటి విద్య యొక్క లక్షణం, లక్ష్యం ఏమిటో తెలుస్తోంది.

"కచ్చితే సఫలం శ్రుతం" (1-100-72)

నీ విద్యాభ్యాసం, శాస్త్రజ్ఞానం సఫలమైందా? అని అడుగుతాడు. విద్యలోని సౌశీల్యం, విధేయత గుణాల్ని అలవరచుకొని, వీటిని బాగా ఫలింప చేసుకున్నావా? అని రాముని అంతరార్థం.

"రామో విద్యావినీతశ్చ వినీతాశ పురాణీరణే"

అని హనుమంతుడు రాముని గురించి సీతతో అంటాడు. అంటే రాముడు విద్య చేత వినమ్రుడు, యుద్ధంలో శత్రువులను వినమ్రులను చేశాడు.

వేదపఠనం, వ్యాకరణశాస్త్రం బాగా ఆధ్యయనం చేసిన వారి భాష ఇతరుల కంటే శుద్ధమైన భాషను మాట్లాడగలిగేవారు. హనుమంతుడు సుగ్రీవుని సందేహాన్ని రాముنకు ఇచ్చినప్పుడు అందులోని భాషను చూసి రాముడు విస్మయుడై, సుగ్రీవుడు వేదాన్ని, వ్యాకరణాల్ని బాగా అధ్యయనం చేసివుంటాడు అని అనుకుంటాడు.

ఆనాటి భాషలు మూడే మూడు విధాలుగాఉన్నట్లు హనుమంతుడి మాటల వల్ల తెలుస్తుంది.

1.మనుషి సంస్కృతం (జనసామాన్య వ్యవహారిక భాష)

2.ద్విజాతిసంస్కృతం (శిష్ట బ్రాహ్మణుల భాష)

3.వానర సంస్కృతం (సంస్కృతం యొక్క దక్షిణ దేశ అపభ్రంశ రూపం)

ఆనాటి విద్య ప్రధాన లక్షణాలు సమాజంలో అక్షరాస్యత పెంచడం, నాగరికత పెంపొందించడం, పరిశుభ్రత,వినమ్రత, విధేయత, సత్యవర్తన మొదలైన సద్గుణాల్ని అలవరచుకొని ఉత్తమ పౌరులుగా తీర్చిదిద్దడమే. భారతీయ సంస్కృతికి సజీవమైన ప్రాణంగా భావించే నీతి, ధర్మం ఆనాటి విద్యా లక్షణాలుగా ఉన్నాయి. వేదవేదాంగాలు, కర్మకాండల పరిజ్ఞానం ఆనాటి విద్య వ్యవస్థలో అనివార్యంగా భావించారు.

కుల, వర్ణవ్యవస్థ

కులం అంటే ఏమిటి?

కులం అనేది ఆర్యులు రూపొందించుకున్న సామాజిక వ్యవస్థ. వ్యక్తుల్ని తేలికగా గుర్తించడానికి ఇది తోడ్పడుతుంది. కులం అనేది వ్యక్తి యొక్క పనిని సూచిస్తూ ఏర్పడినా తరువాత కాలంలో వంశపారంపర్యంగా మార్పుపొందింది.

తొలి రుగ్వేదంలో కుల ప్రస్తావన లేదు. పురుష సూక్తం తరువాత అంతర్పోలనం నాలుగు వర్ణాలను ప్రస్తావిస్తుంది.1900 సంవత్సరాల క్రితం ప్రారంభమైన కుల తత్వం 1500 సం॥క్రితం సాధారణమైంది. 1000 సంవత్సరాల క్రితం ధృడంగామారింది.

రామాయణంలో కన్పించే వనచరులు, కోయ, శబర, నిషాద, మాదిగ, వడ్డెర, గిరిజన, చాకలి, బ్రాహ్మణ, క్షత్రియ, వైశ్యులు అనేవి జాతులుగానే గుర్తించాలి. కులాలుగా కాదు. హనుమంతుడు (శబరి తెగ), సుగ్రీవ, అంగదాదులు (వానరులు), శబరి (కోయ), గుహుడు (నిషాద), ఆది జాంబవంతుడు (మాదిగ), నీలుడు (వడ్డెర), సుషేషనుడు (గిరిజన), విభీషణుడు (బ్రాహ్మణుడు) ఇలా ఎన్నో జాతులతో కలిసి శ్రీ రాముడు తన విజయ ప్రయాణాన్ని సాగించి రావణుని సంహరించాడు. క్షత్రియ కులశ్రేష్టులైన రామ, లక్ష్మణులు వీరిని అంటరాని వారుగా ఎక్కడా పేర్కొన లేదు.

వర్ణం

రామాయణ కాలానికి చాతుర్వర్ణ వ్యవస్థ స్థిరపడి వుంది. వర్ణం అనే సంస్కృత పదం వర్ అనే మూలపదం నుండి పుట్టింది. దీని అర్థం చుట్టు ముట్టడం, లెక్కించడం, వర్గీకరించడం, పరిగణించడం, వివరించడం ఎంచుకోవడం అనే అర్థాలున్నాయి.సాధారణంగా జాతి అంటే వర్ణమని అనుకుంటారు.కానీ జాతి వేరు, వర్ణం వేరు. వర్ణాలు నాలుగే. జాతులు అనేకం. యజ్ఞ యాగాదులలో హవిర్భాగములు కూడా అందుకుంటున్న బ్రాహ్మణేతరులలో చాలా మంది మహాపురుషులున్నారు. ఋష్యశృంగుడు – జింకలు పట్టుకునే జాతిలో పుట్టినవాడు. రామాయణం – బాలకాండలో ఈ మహర్షి గురించి తెలిపింది. కాశికముని గడ్డి కోసుకునే జాతికి చెందినవాడు. నక్కలుపట్టే జాతికి చెందినవారు జంబూక మహర్షి. గౌతమముని కుందేలు పట్టే జాతికి చెందినవారు. రాముడి గురువు వసిష్ఠుడు ఓ వేశ్య పుత్రుడు.తండ్రి ఎవరో కూడా తెలియరు. ఈయన భార్య అరుంధతి మాదిగ స్త్రీ. ఈ దంపతుల కుమారుడు శక్తి. ఇతని భార్య అదృశ్యంతి, వీరి కుమారుడు పరాశరుడు. ఇతని భార్య మత్స్యగంధ, ఓ బెస్త వనిత. వీరి కుమారుడు వేద వ్యాసుడు మట్టికుండలో పుట్టినవాడు. అగస్త్యుడు కర్మచేత బ్రాహ్మణుడయ్యాడు. అతనే మతంగ మహర్షి ఇతని కుమారుడైన మతంగ కన్య శక్తి దేవతగా పూజింపబడుతుంది మహా కవి కాళిదాసుతో సహ

చాలామంది ఈ దేవతను ఉపాశించారు. సేవా ప్రదాతలు (శూద్రులు) ఉన్నారు. 3000 సం॥ క్రితం వేద సమాజంలో మంత్రాన్ని పఠించే దైవిక మాధ్యమాలపై (ఋషి) ఆధారపడుతూ రధాన్ని నడిపే యోధుల (రాజన్య) చే పాలించ బడిన సాధరణ ప్రజలు (విష్) ఉన్నారు.

బ్రాహ్మణగ్రంథాలు మనిషి వేదాలను చదవడం ప్రారంభించే వరకు 'శూద్రుడు' గా పుడతారు. ఆ తర్వాతే బ్రాహ్మణుడు అవుతాడు. బ్రాహ్మణత్వం అనేది విద్య, ధ్యానం ద్వారా సాధించగల స్థానమే కాని పుట్టుకతో కాదు.

బేర్ద సాహిత్యంలో రెండు భిన్నమైన ఆలోచనలు కన్పిస్తాయి. మనం ఏ రకమైన జాతిలో జన్మించామో కర్మ నిర్ణయిస్తుంది. 2500 సం॥ క్రితం ఒకే వ్యక్తిని అనుసరించిన అనేక జాతుల్ని సూచించే రచనలు కనిపిస్తాయి.

ఏది ఏమైనప్పటికీ బ్రాహ్మణుడు పుట్టుకతో కాకుండా కర్మలద్వారా నిర్ణయించబడతాడని బుద్ధుడు చెబుతాడు. మహా భారతంలో ఇదే అంశం ఉంది.

(1) కులతత్వం 1900 సం॥క్రితం ప్రారంభమైంది.

(2) 1500 సం॥క్రితం సాధారణమైంది.

(3) 1000 సం॥ క్రితం దృఢమైంది. (ఇటీవల జన్యు అధ్యయనాల వల్ల ఇది తెలిసింది.)

(4) కులం అనే పదం వంశానికి చెందిన యూరోపియన్ పదం.

(5) ఇది భారతీయ జాతి వ్యవస్థకు ఉపయోగింపబడింది.

(6) జాతి అనే పదం వైదిక వర్ణ వ్యవస్థలో గందరగోళానికి గురైంది.

(7) వేద సాహిత్యం – నాలుగు వర్ణాలు (చతుర్ – వర్ణ) గురించి సిద్ధాంతం కనిపిస్తున్నాయి.

(8) భారతదేశంలో అనేక జాతులు నాలుగు వర్ణాలకు చాలాక్రూరంగా జతచేయబడ్డాయి.

(9) కులాల్ని జాతులతో, తెగలతో పోల్చడం ద్వారా తీవ్ర గందర గోళం ఏర్పడింది.

(10) ఆంగ్లేయులు ఋగ్వేదం లోని చతుర్ – వర్ణం అనే ఓ సూక్తంలోని అంశాన్ని నాలుగు సముదాయాలుగ విభజించి తెల్ల ఆర్యులు, నల్ల ద్రావిడులపై దాడి చేసి, బానిసలుగా మార్చుకున్నారని సిద్ధాంతరీకరించారు.

(11) వారి భావనలో 'వర్ణ' అంటే రంగు అని అర్థం.

(12) మానవ స్వభావాన్ని సూచిస్తూ 'వర్ణ' అనే పదాన్ని వేదాలలో వాడి ఉండవచ్చు.

(13) ప్రపంచంలోని ప్రతి సమాజంలో దైవిక మాధ్యమాలు బ్రాహ్మణులు, భూ యజమానులు (క్షత్రియ), ఉత్పత్తి నిర్మాతలు మరియు వ్యాపారులు (వైశ్య).

వర్ణ – కులవ్యవస్థలు

వర్ణ వ్యవస్థ ఉంది. కులవ్యవస్థలేదా?

1) హనుమంతుడు – శబరి తెగ, దాస్యుడు

2) వానరులు – వనచరులు – STS

3) శబరి – కోయస్త్రీ

4) గుహుడు – నిషాదుడు (జాలరి కులం)

5) ఆది జాంబవంతుడు – మాదిగ జాతి

6) నీలుడు – వడ్డెర

7) సుషేణుడు – గిరిజనుడు

8) విభీషణుడు – బ్రాహ్మణుడు

9) సీతను నిందించినది – చాకలి

తొలి రుగ్వేదంలో కుల ప్రస్తావన లేదు. పురుష సూక్తం, తరువాత అంతరొల్పనం, నాలుగు వర్ణాలను ప్రస్తావిస్తుంది. కాని భారతదేశంలో జాతులున్నాయి. వర్ణాలు కాదు.చాలా జాతులు వర్ణ వ్యవస్థలోకి ఇమడలేవు.

భారతదేశంలోని జనాభాను ఏడు కులాలుగా మెగస్తనీసు విభజించాడు.తత్వవేత్తలు, భర్తలు, పశువుల మేపరులు, వేటగాళ్లు, వ్యాపారులు, చేతి వృత్తివారు దినసరికూలీలు.బాసర్ లోని షెడ్యూల్డ్ మౌర్య తెగకు చెందిన చంద్రగుప్త మౌర్యను బ్రాహ్మణ చాణక్యుడు నాయకుడిగా మార్చడానికి ఎంచుకున్నాడు. అతని కులాన్ని కాదు.

చాతుర్వర్ణ్యం మయా సృష్టం గుణకర్మ విభాగశః 1

తస్య కర్తారమపిమాం విద్ధ్య కర్తారమవ్యయమ్ ॥ (4–13)

బ్రాహ్మణ, క్షత్రియ, వైశ్య, శూద్ర వర్ణాల వారిని వారి గుణ కర్మలను అనుసరించి వేర్వేరుగా సృష్టించాను. ఈ సృష్టి కార్యక్రమాలకు నేనే కర్తను, శాశ్వతుడను పరమేశ్వరుడను ఇన నన్ను వాస్తవంగా 'అకర్తను'గా తెలిసికానును అని శ్రీకృష్ణుడు అర్జునునితో అంటాడు.

చాతుర్వర్ణం లోని వివిధ వర్గాలుగా విభజన గుణ, కర్మలను అనుసరించి జరిగిందే కాని జన్మతా కాదని గీత ద్వారా తెలుస్తుంది.వాల్మీకి రామాయణం వాల్మీకి మహర్షి రచనతోనే ఆగలేదు. కాలాను సారంగా అందులో అనేక అంశాలు చేర్చబడ్డాయని పండిత పరిశోధకుల భావన. వర్ణవ్యవస్థలోకి కులవ్యవస్థని ఎలా లాగ గలిగారు, అంటరాని వారిగా ఎలా చేయగలిగారు అనేది పెద్ద ప్రశ్న. వర్ణ వ్యవస్థ ఏర్పడడాన్ని ధార్మిక పురాణం తెలియ చేస్తోంది. కాని కులాన్ని ఇందులోకి ఎలా లాగారు. అంటరానితనాన్ని ఎలా చేర్చారో చెప్పడం లేదు. కుల వ్యవస్థ అనేది ఈ రోజు

పుట్టుకతో వచ్చే ఒక ప్రాముఖ్యత కల్గిన వ్యవస్థగా మారింది. చాలా ప్రాచీన కావ్యాలు వర్ణ వ్యవస్థలోని బ్రాహ్మణ, క్షత్రియ, వైశ్య, శూద్ర ఆవిర్భావం, వారి విధుల గురించి తెలుపుతున్నాయి.

స్త్రీల స్థానం

ఏ సమాజమైనా సంస్కృతి, నాగరికత వికాసం పొందాలంటే స్త్రీలకు తప్పకుండా ఔన్నత్యాన్ని కల్పించాలి. భారతీయ ప్రాచీన సాహిత్యంలోని కథలలో మగ కథానాయకులను కేంద్ర దశలో ఉంచి, స్త్రీలను అసక్తులుగా, వారికి రక్షణ అవసరమయ్యే సౌమ్య జీవులుగా చిత్రించడం సాంప్రదాయకంగా వస్తోంది. అయితే రామాయణంలో స్త్రీపాత్రలు ముఖ్యంగా సీత ఎల్లప్పుడు భారతీయ సమాజంలోని స్త్రీలకు ఆదర్శంగా, మార్గదర్శిగా నిలుస్తోంది.
రామాయణం లోని స్త్రీ పాత్రలన్నీ వైవిధ్యంతో కూడుకొన్నవి.

కన్యలలో పంచ కన్యలు:– 1) అహల్య 2) ద్రౌపది 3) కుంతి 4) తారా 5) మండోదరి. స్థానం పొందిన మండోదరి – తార – ఈ రెండు పాత్రల మధ్య సారూప్యాన్ని చూడవచ్చు. ఇలాంటి సారూప్యమే మంధర – శూర్పణఖ పాత్రల మధ్య గోచరిస్తుంది. మొత్తంవాల్మీకి రామాయణంలో 32 స్త్రీ పాత్రలు ప్రత్యేకంగా గుర్తింపు పొందాయి.

1. అంజన: –కుంజరుని కుమార్తె, వానర స్త్రీ, కేసరి భార్య, ఆంజనేయుని తల్లి.

2. అనసూయ:–అత్రి మహర్షి భార్య, సీతకు పతివ్రత ధర్మాల్ని బోధిస్తుంది.

3.అరుంధతి: – వశిష్ట మహర్షి భార్య

4. అహల్య: – గౌతమ ముని భార్య, రామ పాదం సోకగానే శాపవిమోచనం పొందుతుంది.

5. ఊర్మిళ: –లక్ష్మణుని భార్య, జనకుని జ్యేష్ఠ పుత్రిక, లక్ష్మణుడు వన వాసంలో ఉన్నప్పుడు ఈమె తపస్సు చేస్తుంది.

6. కైకసి: – రావణ, కుంభకర్ణ, విభీషణుల తల్లి.

7. కైకేయి: –దశరథుని మూడవ భార్య, భరతుని తల్లి

8.కౌసల్య: –దశరథుని మొదటి భార్య, రాముని తల్లి

9. ఛాయాగ్రాహిణి:– హనుమంతుడు చంపిన రాక్షసస్త్రీ

10. రుమ:– సుగ్రీవుని భార్య

11. తాటక:– మారీచ, సుబాహువుల తల్లి రాక్షసస్త్రీ

12. తార :– వాలి భార్య, అంగదుని తల్లి వానరస్త్రీ

13. త్రిజట:– అశోక వనంలో సీతకు కావలిగా నియమింపబడ్డ రాక్షస స్త్రీలలోఒక్కతి

14. ధాన్య మాలిని:– రావణుని రెండవ భార్య, అతి కాయుని తల్లి.

15. అనల:– విభీషణుని కూతురు

16. మండోదరి:– రావణుని భార్య, ఇంద్రజిత్తు తల్లి

17. మంధర:– కైకేయి పరిచారిక, గూనిస్త్రీ

18. మాండవి:– కుశధ్వజుని కుమార్తె. భరతునిభార్య

19. రేణుకా దేవి:– జమదగ్ని భార్య, పరశురాముని తల్లి.

20. లంకిణి:– లంకకు కావలి ఉన్న రాక్షసస్త్రీ.

21. వేదవతి:– సీత పూర్వజన్మపు పతివ్రత

22 శబరి:– మాతంగ మహర్షి శిష్యురాలు. శబర స్త్రీ, సిద్ధ యోగిని.

23. శాంత:– దశరథుని మిత్రుడు రామపాదుని కుమార్తె

24. శూర్పణఖ:– రావణుని చెల్లెలు, రాముని మోహించడంతో లక్ష్మణుడు ఆమె ముక్కు చెవులు పెదాలు కోసివేసాడు.

25. శ్రుతకీర్తి:– కుశధ్వజుని కుమార్తె, శత్రుఘ్నుని భార్య

26 సరమ:– విభీషణుని భార్య

27. సింహిక:– హనుమంతునిచే చంపబడిన రాక్షసస్త్రీ

28. సునయన:– జనక మహారాజు భార్య

29. సుమిత్ర:–దశరథుని భార్య,లక్ష్మణ, శత్రుఘ్నుల తల్లి

30. సురస:– నాగమాత, హనుమంతునిచే ఓటమి చెందిన స్త్రీ

31. సులోచన:– ఇంద్ర జిత్తు భార్య

32 సీత:– జనకుని కుమార్తె, శ్రీరాముని భార్య

వాల్మీకి సృష్టించిన ఈ పాత్రల ద్వారా ఆనాటి సమాజంలో స్త్రీలకున్న స్థానం ప్రతిఫలిస్తుంది. రామాయణంలో వర్ణించబడ్డ కొన్ని సంఘటనలు ఆనాటి మహిళల స్థితిగతులు గురించి పాఠకులు అర్థం చేసుకోవడానికి దోహదపడుతాయి.

సీతా రాముల వివాహం, ఆదర్శ జీవితం. ఆర్యులు విరివిగా ఆచరించే ఏకపత్ని విధానానికి ప్రబల సాక్ష్యంగా నిలుస్తుంది. సంతానం కోసం బహుభార్యత్వాన్ని ఆచరించడం దశరథుని వైవాహిక జీవితం సూచిస్తుంది. ఆర్యస్త్రీలు తమ భర్త తోపాటు యుద్ధాలలో పాల్గొనేవారు. దేవాసుర సంగ్రామంలో దశరథునితో పాటు కైకేయి పాల్గొంది. ఆర్య స్త్రీలు పరిపాలకులుగా ఉన్నట్లు

తెలుస్తుంది. రాముడు లేని రాజ్యానికి సీతను పరిపాలకురాలుగా ఉంచాలని వశిష్ఠుడు ప్రతిపాదిస్తాడు.

భర్తలను సేవించడమే ఆర్య స్త్రీల ముఖ్య కర్తవ్యంగా సీత – అనసూయ సంభాషణ ద్వారా తెలుస్తోంది. ఆర్య స్త్రీలు స్వేచ్ఛా జీవులు. రావణుని మరణాంతరం విభీషణుడు సీతాదేవిని పరదా వేసి రాముని దగ్గరకు తెచ్చి అప్పగించాలనుకుంటాడు. సీతకు పరదా వేసినందుకు రాముడు విభీషణుడిపై కోపగించుకోవడం కన్పిస్తుంది. రాక్షస స్త్రీలలో పరదా పద్ధతి ఉన్నట్లు తెలుస్తుంది. రాక్షసులు బహుభార్యలను పొందడమే కాకుండా కామ కోరికలు ఎక్కువగా ఉన్నట్లు తెలుస్తుంది. స్త్రీలు మద్యం సేవించేవారు. రావణుడి పరిపాలనలో స్త్రీలపై అక్రృత్యాలు దౌర్జన్యాలు జరిగాయి. రాముడు రావణుడితో పోరాడటం సీతకోసమేకాదు తన పురుషత్వాన్ని, గౌరవాన్ని కాపాడుకోవడం కూడా అంతర్లీనంగా దాగి ఉంది. పురుషులు యుద్ధాల్లో గెలిచినా, ఓడినా, స్త్రీరక్షణ కోసం పోరాడినా పర్యవసానంగా నష్టపోయేది స్త్రీలే.

యుద్ధాలలో భర్తలు కోల్పోయిన స్త్రీలు దేవర న్యాయం ద్వారా తమ భర్త సోదరుడిని వివాహం చేసుకునేవారు. తార, మండోదరి విషయంలో ఇదే జరిగింది. (ఏది ఏమైనా వాల్మీకి రామాయణం స్త్రీలకు సముచిత స్థానం కల్పించింది).

వస్త్ర ధారణ

వాల్మీకి వస్త్రధారణ గురించి రామాయణం ద్వారా తెలుస్తుంది. రకరకాల వస్త్రాలు లెక్క లేనన్ని ఉన్నట్లు రామాయణంలో వర్ణించారు. రాముడు అన్నివేళలా అమూల్య వస్త్రాలు ధరించేవాడు. "మహార్హ వస్త్ర సంబద్ధః" (2–12–98) వెండి బంగారు నగిషీ చేసిన వస్త్రాన్ని ధరించడం బాగా వాడుకలో ఉండేది. 'మహారాజతవానన్' అనే వస్త్రాలు బంగారు జలతారుతో నేయ బడినదిగా వర్ణించారు. (5–10–7) పీతం కనక పట్టాభం, ప్రస్తం తద్వనం శుభం బంగారు జలతారు పట్టు పీతాంబరాలు, రత్నాలు పొదిగిన రత్నంఖరాలు ధరించేవారు. రావణుని సభా మంటపంలో బంగారు రత్నకంబళ్లు పరిచిఉండేవి. వానిపై సుందర వస్త్రాభరణాలంకృతమైన రాక్షసులు కూర్చానేవారు. రుక్మపట్టోత్తరచ్చదామ్ – (6–11–14) ఆనాటి అప్సర స్త్రీలు అతి విచిత్ర వేషధారులుగా అతి రమణీయమైన వస్త్రాలు ధరించినట్లుగా వాల్మీకి వర్ణిస్తాడు. (5–9–33) రావణుడు ధరించిన వస్త్రాలు శ్రేష్ఠమైనవిగావాల్మీకి వర్ణిస్తాడు.

"మదితామ్రత పేనాభ, మంజో వస్త్రముత్తమం

సపుష్ప మీప కర్ణంతం, విముక్తం సక్తమంగదే. (5–18–24)

చిలికిన అమృతపు తెల్లని నురగలాగా, పుష్పాలతోనో రత్నాలతోనో ఉన్న వస్త్రాలు బాగా చలువచేయబడ్డాయి.

సీత కౌశేయ వాసినిగా వాల్మీకి వర్ణిస్తాడు. కౌశేయ మంటే పట్టు వస్త్రాలు. అశోకవనంలో ఉన్నా కూడా సీత కౌశేయం ధరించి ఉంది. సాధారణంగా బ్రాహ్మణులంతా పట్టువస్త్రాలు ధరించినట్లు తెలుస్తోంది. వనవాసం వెళ్ళేముందు రాముడు తన పురోహితులందరికి పట్టువస్త్రాలు దానం చేశాడు. (2-32-56) ఋషులు నారచీరలు, లేడి చర్మాలు, గడ్డిపోగులతో నేసిన వస్త్రాన్ని ధరించేవారు. జింకచర్మాల్ని మెత్తగా తయారు చేసేవారు. వాటిని తూలాజనం అని పిలిచే వారు. (2-30-12). క్షమ లేక 'అలసి' మొక్కల నారతో తయారు చేసిన 'క్షామ' వస్త్రాల్ని పూజ సమయంలో ధరించేవారు. కొత్త పెళ్ళి కుమారులకు స్వాగతం పలకడానికి వచ్చిన దశరథుని రాణులు క్షామ వస్త్రాల్ని ధరించేవారు. (1-74-11, 12)

రాముణ్ణి యువరాజు చేయాలనుకున్న రోజు కౌసల్య, రాముడు ఇద్దరు కూడా క్షామ వస్త్రాలు ధరించి విడివిడిగా పూజలు చేశారు. రావణుని శరీరాన్ని దహనం చేసేటప్పుడు ఇలాంటి వస్త్రాలే ధరింపచేశారు.

రావణుడు బంగారు జలతారులో పెట్టి నేసిన నూలు పంచలు కట్టేవాడు. (5-10-7)

బంగారు జలతారు పీతాంబరపు ఉత్తరీయాన్ని సీత ధరించేది. పేదలు సాటి వస్త్రాన్ని ధరించేవారు. అలాగే ప్రావరణం అనే ఉత్తరీయన్ని కూడా. పొడువైన కోటును కంచుకమని పిలిచారు . బ్రాహ్మణులు, విద్యార్థులుధోవతి మాత్రం ధరించేవారు. గృహస్థులు పంచెతోపాటు ఉత్తరీయాన్ని ధరించేవారు. రంగు రంగుల వస్త్రాలు ధరించేవారు. సన్యాసులు కాషాయ వస్త్రాన్ని ధరించేవారు. ముని వేషం వేసి సీతను ఎత్తుకుపోవడానికి వచ్చిన రావణుడు కాషాయాన్ని ధరించాడు. రాముని అంతఃపుర పాలకులైన ముసలి ద్వారపాలకులు కాషాయాన్ని ధరించేవారు. (2-16-3)

పూజాసమయాల్లో తెల్లని వస్త్రాలు, ఉత్సవాల సమయంలో రక్త వర్ణ వస్త్రాలు (ఎర్రని), దుఃఖ సమయాల్లో నల్లని వస్త్రాలు ధరించేవారు. రాక్షస స్త్రీలలో పరదా పద్ధతి వుంది.

ఆభరణాలు

రాజులేకాదు సాధారణ వ్యక్తులు కూడా కిరీటాలు ధరించేవారు. నామకుటి విద్యుతే (1-6-10) కిరీటం ధరించనివాడు అయోధ్య నగరంలో లేదు. పట్టాభిషేక సమయంలో రాముడు రత్న ఖచిత కిరీటాన్ని ధరించారు.

సేవకులు తలపాగాలు ధరించేవారు. రాక్షస సైనికులంతా తలపాగాలు ధరించారు. ఇంద్రజిత్తు యాగశాల రాక్షస పరివారం ఎర్రని తలపాగాలు ధరించారు. రక్తో ష్ణీష ధరాస్త్రియం (6-80-6) రాముడు కొమార దశలో ఒక స్వర్ణహారం ధరించారు. (6-22-18, 21) వాలి దగ్గర రత్న ఖచితమైన సువర్ణహారం ఉండేది. (4-17-5) రావణుని ధనస్సు ముక్తామణి విభూషితం రాముని ఖడ్గం హేమ పరిష్కృతం.

రావణుడు అలంకార ప్రియుడు. ధగధగ మెరిసిపోయే అమూల్య అభరణాలు ధరించే వారు. ఆనాటి సైనికులు ఆయుధాలను కూడా అలంకరించేవారు.

అడవికి వెళ్ళే సీతకు దశరథ మహారాజు విలువైన ఆభరణాల్ని, వస్త్రాల్ని ఇచ్చాడు. వనవాసంలో కూడా సీతమ్మ స్వర్ణాభరణ భూషితంగా ఉండే తార మొలనూల పొరలు చెల్లా చెదురుగా వ్రేలాడుతున్నాయి (4–33–38)

స్త్రీలు తలపై ధరించే చూడామణి (5–54–31) ఆనాడు అలంకరణ వస్తువే.

పురుషులు కర్ణాభరణాలు ధరించేరు. తరుణాదిత్య వర్ణ భ్యాం కుండలా భ్యాం విభూషితః (5–22–28)

రావణుని కుండలాలు ప్రకాశవంతమైన సూర్యుని వెలుతురులాగా ఉన్నాయట. చెవులుకు ధరించే వాటిలో కర్ణ వేష్టం కుక్కకోరల్లా వుండే శ్వదంష్ట్ర కుండలాలు ఉన్నాయి.

మెడలో బంగారు తీగతో తయారు చేసిన గొలుసు ధరించేవారు. దీన్ని గ్రైవేయకం అని పిలిచేవారు. కాసుల పేరు వంటి ఆభరణాన్ని నిష్కహారం, బంగారు గొలుసును హిరణ్మయమాల అనిపిలిచేవారు. కాంచి, దామ, రశనా, మేఖలా అనే పర్యాయ పదాలతో పిలుచుకునే వడ్డాణాన్ని ఆనాటి స్త్రీలు ధరించేవారు.

ద్రోణి సూత్రాణ మహతా

మేచకేన సుసంవృతః (5–37–36)

నీలవర్ణంలో వుండే మొల త్రాడును రావణుడు ధరించేవాడు.

రావణుని సభలో రాక్షసులంతా స్వర్ణ మణి భూషణాల్ని అలంకరించేవారట? (6–19–29) ఆనాడు ఇలా నానావిధ రత్నరాసులతో, సువర్ణభూషణాలతో విరాజిల్లేదని రామాయణం వర్ణిస్తోంది.

వివాహ వేడుక

వివాహం అనేది సాంస్కృతిక సార్వజనన కార్యం. వివాహం అనేది పెండ్లి, పాణిగ్రహణం, కన్యాదానం, కల్యాణం, సప్తపది అనే పేర్లతో పిలవబడుతోంది. ఇదొక సామాజిక వ్యవస్థగానే కాకుండా మతపరమైన ఓ పవిత్ర కార్యంగా చూస్తున్నారు. వివాహితలు, విడిపోయిన భార్యభర్తలు సంప్రదాయ కార్యక్రమాలు చేయడానికి అనర్హులౌతారు.

ఈ వివాహ వ్యవస్థలో 35 ప్రధాన ఘట్టాలున్నాయి. పెళ్ళిచూపులతో మొదలై, నిశ్చితార్థం, స్నాతకం, కాశీయాత్ర, వరపూజ, ఎదురుకోలు, గౌరీపూజ, మంగళస్నానాలు, కన్య వరణం, మధుపర్కాలు, యజ్ఞపవీత ధారణ, మహా సంకల్పం, కాళ్లు కడగటం, సుముహర్తం (జీల కర్ర, బెల్లం వధూవరులు ఒకరి తల పై మరొకరు ఉంచడం), చక్రపాదాలు (అంగుళీయకాలు తీయడం), సప్తపది, పాణిగ్రహణం, హోమం, సన్నికల్లు తొక్కడం, లాజహోమం, స్థాలీపాకం, నాగవల్లి, సదస్యం నల్లపూసలు కట్టడం,అరుంధతి నక్షత్ర దర్శనం, ఉయ్యాలలోని బొమ్మను ఆడపడుచుకు

అప్పచెప్పడం, అంపకాలు, గృహ ప్రవేశం, సత్యనారాయణ వ్రతం, కంకణ విమోచనం, గర్భదానం అనే ముప్పై ఇదు ఘట్టాలుంటాయి.

అయితే నేడు జరిగే పెళ్ళిలో ఆడంబరాలు, ఆర్భాటాలు తప్ప సంప్రదాయాలు చాల వరకు కనుమరుగైనాయి. సనాతన సంప్రదాయలలో ఎనిమిది రకాల వివాహాలు కన్పిస్తాయి .

బ్రాహ్మణ వివాహం, దైవ వివాహం, ఆర్ష వివాహం, ప్రజాపత్య వివాహం,అసుర వివాహం, గాంధర్వ వివాహం, రాక్షస వివాహం, పిశాచ వివాహం అనేవి.

బ్రాహ్మణ వివాహం

ఇది అత్యంత ప్రజాదరణ పొందింది. వధూవరులిద్దరి అంగీకారంతో ఒకే వర్గానికి చెందిన వరుడితో అమ్మాయి పెళ్ళి నిశ్చయిస్తారు.

దైవ వివాహం

తండ్రి తన కుమార్తెను దేవయజ్ఞ చేసే పూజారికి ఇస్తాడు . వధువును పూజారికి దక్షిణగా సమర్పించడం. దేవయజ్ఞం సందర్భంగా నిర్వహించడం వల్ల ఇది దైవ వివాహం అని అంటారు.

ఆర్ష వివాహం

వరుడు వధువు తండ్రికి ఒక జత ఆవుల్ని లేదా ఎద్దుల్ని ఇచ్చి వివాహం చేసుకుంటే దాన్ని ఆర్ష వివాహం అంటారు. బహుశా యజ్ఞాల్ని నిర్వహించడానికి పశువుల్ని దానం ఇచ్చేవారేమో!

ప్రజాపత్య వివాహం

తన కుమార్తె సమ్మతి లేకుండా తండ్రి వరుడి సమ్మతితో వివాహంచేయడం.

అసుర వివాహం

డబ్బు ద్వారా వధువును కొనుగోలు చేసి పెళ్ళి చేసుకోవడం అసుర వివాహం.

గాంధర్వ వివాహం

కుటుంబ సభ్యుల అంగీకారం లేకుండా జరిగే వధూవరుల వివాహాన్ని గాంధర్వ వివాహం అని అంటారు.

రాక్షస వివాహం

వధువును, వారి పెద్దల అంగీకారం లేకుండా ఎత్తుకొనిపోయి చేసుకోవడం.

పిశాచ వివాహం

వధువు నిస్సహాయతను తనకు అనుకూలంగా మార్చుకొని వరుడు వివాహం చేసుకోవడం.

రామాయణం – వివాహ వేడుక

వరపూజ

ఆహ్వానం ఉంటే తప్ప వరుడి పక్షం వారు కళ్యాణ మండపంలోకి ప్రవేశించరాదు. ఆహ్వానంలో వరపూజ అనే వేడుక జరుగుతుంది.వరుడు విష్ణువుకు ప్రతిరూపంగాను, వధువును లక్ష్మికి ప్రతిరూపంగాను చూసేవారు.

గౌరిపూజ

సీత వివాహానికి ముందు గౌరిపూజ చేయడానికి ముందు పార్వతిదేవి ఆలయానికి వెళ్ళమని చెబుతారు.

మమ సత్యా ప్రతిజ్ఞాచ వీర్యశుల్కేతి కేశిక

సీతా ప్రాణైర్బహుమతా దేయా రామాయ మీసుతే (బాల–67–23)

ఓ విశ్వామిత్ర ! సీత వీర్యశుల్కయనే నాప్రతిజ్ఞ నిజమైంది. ప్రాణాలకంటే గొప్పదిగా భావించే నా కుమార్తె సీత రామునకు భార్యగా ఇయ్యతగింది అని జనకుడు అంటాడు.

కన్యాదాన సమయంలో ఉత్తమ కులంలో పుట్టినవాడు తన కులాన్ని గుర్తించి పూర్తిగా తెలియ చేయాలి. (బాల–71–3)

వరులకు సమావర్తం చేయించాలి. వివాహ సంబంధ మగు నాందీ శ్రాద్ధం, తరువాత వివాహం చేయాలి. (బాల–72–202)

రామలక్ష్మణ, భరత, శత్రుఘ్నులకు సీతా, ఊర్మిళ మాండవి, శ్రుత కీర్తులను వధువులుగా నిశ్చయించారు. (బాల–72–11).

ప్రజాపతియైన భగుడు దేవతగాగల ఉత్తరఫాల్గుణీ నక్షత్రం వివాహానికి శ్రేష్టమైందని పండితులు చెబుతారు. (బాల–72–13)

దశరథుడు తన పుత్రులచే సమవర్తనము జరిపించారు. (బాల–73–1)

అప్పగింతలు

ఈమె నా కూతురు.ఇక నుండి నీ సహధర్మచారిణి. ఈమెను గ్రహించు. నీకు శుభం కలుగుగాక! నీచేతితో ఈమె చేతిని గ్రహించు. ఈమె పతివ్రతయై, భాగ్యవతియై నిరంతరం నీకు తోడునీడగా ఉండగలదని అనిపలుకుతూ, ఆ జనకుడు మంత్రాలచే పవిత్రమైన జలాన్ని రాముని చేతిలో విడిచాడు. (బాల–73–27)

నలుగురు రాజకుమారులు కల్ప సూత్ర పద్ధతిలో వివాహలు చేసుకున్నారు. (బాల–73–36)

జనకుడు రాములవారికి సీతాదేవి అప్పగింతల

రామాయణం లో కన్పించే శవ దహన సంస్కారాలు

భారతీయ సమాజంలోని మానవ జీవితంలో పాటించే ఆచారాలలో అతిముఖ్యమైంది. అంతిమ సంస్కారం.వాల్మీకి రామాయణంలో చాలా ఆసక్తి కరమైన అంత్యక్రియల ఆచారాలు దర్శనమిస్తాయి. కొన్ని చోట్ల దహనం, మరి కొన్నిచోట్ల ఖననం చేసినట్లు రామాయణం ద్వారా తెలుస్తుంది. అతి ప్రాచీన బుుగ్వేదం లోనూ ఈ రెండు పద్ధతులు కన్పిస్తాయి. దహనం చేసిన వారి ఎముకల్ని, బూడిదను పవిత్ర జలంలో వదిలితే, ఖననం చేసిన వారిలో కొందరికి సమాధులు కట్టుకోవడం, మరి కొందర్ని భూమిలో పాతి పెట్టి వదలి వేయడం కన్పిస్తుంది.

భారతదేశంలో అనేక పద్ధతులలో అంత్యక్రియలు ఉన్నట్లు తెలుస్తుంది. సమాధులలో పూర్తి దహనం, గుహాఖననం, గుండ్రనిబావులలో ఖననం చేయడం, మమ్మిఫికేషన్ ప్రక్రియ ద్వారా కణజాలాలను భద్రపరచడం మరియు దహనం చేయడం వంటివి ఉన్నాయి. అంతేకాకుండా మృత దేహాన్ని సముద్రంలో విసిరివేయడం.

పడవలో కూరుకు పోవడం, ఎముకల నుండి మాంసాన్ని తొలగించడం, తినడం ద్వారా పారవేయడం, మృత దేహాన్ని జంతువులకు ఆహారంగా వేయడం, ఎత్తైన పర్వతాలపై వదిలి వేయడం లాంటివి ఉండేవి. కాలక్రమేణా ఆ రూపాలన్ని ఖననం చేసే పద్ధతుల లోకి మార్పు చేయబడ్డాయంటారు. ఈ అంశంపై పరిశోధన చేసిన పురుషోత్తం సింగ్.[2]

ఆధునిక కాలంలో ఎక్కువుగా భారతదేశంలో వ్యాప్తిలో ఉన్న దహన సంస్కారాలు వేదయుగానికి ముందు నుండి ఉన్నట్లు తెలుస్తుంది.

మహాభారత ఇతిహాసంలో పాండవులు తమ ఆయుధాల్ని మూట కట్టి శవంలాగా చుట్టి చెట్టుకు కట్టి, మారు వేషాలతో విరాటు రాజు కొలువు కూటం చేరుతారు. చెట్టుకు శవంలా కడితే ఇతరులెవ్వరూ ఆ విలువైన ఆయుధాల్ని గుర్తించే అవకాశం ఉండదు. అదేదో శవంలే అని అనుకుంటారు. బహుశా ఆనాడు ఇలాంటి అంత్యక్రియ పద్ధతి ఉండేదని ఊహించవచ్చు.

నేటికీ చాలా ప్రాంతాలలో గొర్రెలు, మేకలు లాంటి పశువులు అనారోగ్య కారణాలతో చనిపోతే ఆ గొర్రెల గుంపు కాపరులు చనిపోయిన జీవాన్ని అడవులలో చెట్లకు వ్రేలాడదీసి పోవడం కన్పిస్తుంది.

రామాయణ ఇతిహాసంలో వాల్మీకి ఈ అంత్యక్రియల గురించి విశేషంగా చెప్పడం కన్పిస్తుంది.

మహిమాన్వితుడైన కపిలునిచే సగరుని పుత్రులు, నీ పిన తండ్రులు కాల్చి వేయబడ్డారు. ఈ పవిత్ర గంగా జలంచే నీతండ్రులకు తర్పణం చేయి అని గరుత్మంతుడు భగీరథుడికి చెప్తాడు.

భస్మరాశీకృతానీతాన్ ప్లావయేల్లోక పావనీ
తయా క్లిన్న మిదం భస్మగంగయా లోక కాంతాయా
షష్టిం పుత్రసహస్రాణి స్వర్గలోకం నయిష్యతి. (బాల–41–20)

బూడిద గుట్టలుగా ఉన్న ఈ సగర పుత్రులను లోక పావనియైన గంగ పవిత్రం చేయగలదు. లోకాలకు ప్రియమైన గంగా నదిచే ఈ భస్మం తడపబడి అరువది వేల మంది సగర పుత్రులను స్వర్గానికి చేర్చగలదు.

ఈ సంప్రదాయం భగీరథుని కాలం నుండి నేటివరకు అప్రతిహతంగా కొనసాగుతూనే ఉంది.

దహనం చేయబడ్డవారి అస్థికలను, భస్మాన్ని మాత్రమే పవిత్ర జలం లో కలపడం జరుగుతుంది. ఇది సనాతన సంప్రదాయం.

దశరథ మహారాజు మరణించాడు. ఆ సమయంలో ఆయన కొడుకులెవ్వరూ అయోధ్యలో లేరు. రామలక్ష్మణులు అడవులకు వెళ్లగా, భరత శత్రుఘ్నులు కేకయ దేశంలోని రాజగృహ నగరంలోని తాతగారి ఇంటి వద్ద ఉన్నారు. వారిలో ఎవ్వరు రావాలన్నా కొన్ని దినాలు పడుతుంది. అందువల్ల దశరథుడి శవాన్ని భద్ర పరచడానికి మంత్రులు దశరథ మహారాజు శరీరాన్ని తైల పాత్రలో ఉంచారు.

తైల ద్రోణ్యంతు సచివైశ్చాయితం తం నరాధిపమ్
హా మృత్యోయ మితి జ్ఞాత్వాస్త్రియస్తాః పర్యదేవయన్ (అయోధ్య–66–16)

రాజగృహం నుండి భరతుని రప్పించారు. వశిష్ఠుడి ఆజ్ఞతో అంత్యక్రియలు మొదలైనాయి.

దశరథుని శవాన్ని తైల పాత్రనుండి లేవ నెత్తి నేలపై పెట్టారు. ఆయన దేహానికంటిన తైలాన్ని తుడిచి వేయగా, ఆయన శరీరం పసుపురంగులో నిద్రిస్తున్న వాడిలా కన్పించింది. శ్రేష్ఠమైన, వివిధ రత్నాలచే అలంకరించబడ్డ పాన్పుపై ఆశవాన్ని పరుండబెట్టారు. ఇంట్లో శవం ఉండడం వల్ల ఋత్విజులు ఉపద్రష్టలును అగ్ని గృహం నుండి గార్హ పత్యం మొదలైన మూడగ్నులను బయటకు తెచ్చారు. అంతలో పరిచారికులు ఆ దశరథుడి శవాన్ని పల్లకిలో ఉంచి శ్మశానానికి మోసుకొని పోయారు. ప్రజలు ఆ శవం పై వెండి, బంగారంతో చేయబడ్డ పూలను, వస్త్రాల్ని, చందనాదుల్ని, ధూపద్రవ్యాల్ని, గుగ్గిలాలను, సరళ, పద్మక అనే పరిమళ కాష్టాల్ని, దేవదారు, సుగంధ ద్రవ్యాల్ని విశేషంగా చల్లసాగిరి. చితిని సిద్ధం చేసి రాజు శవాన్ని ఆ చితి పై పరుండబెట్టారు ఋత్విజులు. భరతునిచే ఆ రాజుకు త్రేతాగ్ని ఇప్పించారు. ఆరాజుకు ఉత్తమ గతి కలగడానికి పితృమేధ సంబంధమైన మంత్ర విశేషాల్ని జపం చేశారు. వేదవిదులు శాస్త్రానుసారంగా అక్కడ సామగానం

ఆలపించారు. శోక పీడితులైన కౌసల్య మొదలైన రాణులు ఆ చితి చుట్టు ప్రదక్షణలు, అప్రదక్షణలు చేశారు. తరువాత వారంతా సరయు నదీతీరానికి వచ్చి, రాజుకు ఉదక క్రియ జరిపి, అయోధ్య నగరంలోకి ప్రవేశించారు. పది రోజులు సంతాప దినాల్ని పాటించారు. 13వ రోజు వశిష్ఠుడి సలహాపై భరతుడు దశరథుడి ఎముకలు, బూడిద సేకరించి పవిత్ర జలంలో కలిపారు. ఇలాంటి ఆచారాలు నేటికి సజీవంగానే కొనసాగుతున్నాయి.

విరాధుడనే రాక్షసుని రాముడు చంపివేస్తుండగా, అతడు ఇలా అంటాడు.

"అవటే చాపీ మాం రామ ప్రక్షిప్య కుశలే వ్రజ,

రక్షసాం గత సత్త్వానా మేష ధర్మ స్సనాతనః

(అరణ్య–4-18)

అవటే యే నిధీయంతే తేషాం లోకాస్సనాతనః

(అరణ్య–4-19)

రామా! నన్ను గోతిలో పూడ్చి ఆర్తత్రాణ రూపమైన కుశలుడవై వెళ్లు. చనిపోయిన రాక్షసులను పూడ్చి పెట్టుటయే సనాతన ధర్మం.

మృత్తులైన రాక్షసుల కళేబరాల్ని పూడ్చి పెట్టితే వారికి స్వర్గం లభిస్తుంది అని విరాధుడు మరణిస్తాడు.

రాముని ఆజ్ఞతో లక్ష్మణుడు ఒక పారను తీసుకొని ఆ విరాధుని కళేబరం ప్రక్కనే ఒక గొయ్య త్రవ్వుతాడు.

రామలక్ష్మణులు అలావిరాధుని సంహరించిన సంతోషంతో పులకరించిన శరీరంతో ఆ విరాధుని గోతిలో పడవేచి నిర్భయులై ఆ కళేబరాన్నిరాళ్లతో కప్పివేశారు. (అరణ్య–4-29)

రామునిచే వాలి మరణించిన తరువాత రాముని ఆజ్ఞ మేరకు లక్ష్మణుడు ఓ సుగ్రీవా! నీవు తార అంగదులతో కలిసి వాలికి చేయాల్సిన ప్రేత కార్యాన్ని, ఇతని దహనము గురించి ప్రయత్నం చేయమంటాడు. (కిష్కింద –13)

ఎండిన కట్టెలు, మంచి గంధపు చెక్కలు, పుష్పములు, అనేక విధాలైన వస్త్రాలు, నెయ్యి, తైలం, సుగంధ ద్రవ్యాలు, అవసరమయ్యే ఇతర వస్తువుల్ని తెమ్మంటాడు.

వెంటనే తారుడు కిష్కింధకు వెళ్లి పల్లకిని, దాన్ని మోయగల వానర శూరుల్ని తీసికొని వచ్చాడు. రథంలా ఉన్న ఆ పల్లకి రాజుకు తగిన ఆసనం, కృత్రిమమైన పక్షులు, వృక్షాలు, యుద్ధ భటుల మొదలైన చిత్రాలు. చెక్కబడి ఉన్నాయి. ఆ పల్లకి వివిధ వస్తువులతో అందంగా అలంకరించబడి ఉంది. సుగ్రీవాదులు వాలిని ఎత్తి ఆ పల్లకిలోనికి ఎక్కించిరి.

మరణించిన వాలి దేహాన్ని పుష్పములచేత, వస్త్రాలచేత అలంకరించారు. వానరులు రత్నాలను పంచుతూ ముందు నడుస్తుంటే, వారి వెనుక పల్లకిలో వాలి శవం వెళ్లుతోంది.

కొండల నుండి ప్రవహించే నదీతీరంలో చుట్టూ నీరుండి, నిర్జనమైన ఒక ఇసుక తిన్నెపై చితిని పేర్చిరి. పల్లకి మోయు వానరులు చితికి సమీపంలో పల్లకిని దించారు. తార భర్త శవంపై బడి విలపిస్తుండగా వానర స్త్రీలు ఆమెను పక్కకు లేవదీశారు.

శోకతప్తులైన అంగదుడు సుగ్రీవునితో కలిసి ఏడుస్తూ తన తండ్రి దేహాన్ని చితిపైకి చేర్చాడు. శాస్త్రానుసారంగా చితికి నిప్పుపెట్టి, తండ్రికి చుట్టూ అప్రదక్షిణంగా తిరిగాడు.

అంతా వాలికి దహన సంస్కారాలు చేసి జల తర్పణం ఇవ్వడానికై పవిత్ర జలం గల నది దగ్గరకు వెళ్లారు. అంగదుని ముందు పెట్టుకొని జలతర్పణం కావించారు.

వానరులు ఆటవికులే, కాని వాలి దేహాన్ని ఖననం చేయకుండా, దహనం చేసి, అందుకు తగ్గ ఆచారాల్ని పాటించారు.

రాముడు రావణుని వధించిన తరువాత అతని దేహానికి అంతిమ సంస్కారాలు చేయమని విభీషణుడికి ఆజ్ఞాపిస్తాడు. విభీషణుడు రాముని మాటలు విని తొందరపడుతూ, అన్నకు అంత్య సంస్కారం చేయడానికి పనులు ప్రారంభిస్తాడు. లంకానగరం నుండి అగ్నిహోత్రాన్ని తెప్పిస్తాడు. బండ్లను, కర్రసామానులను, అగ్నులను, ఋత్విక్కులను, చందన కాష్ఠాల్ని, పరిమళించు అగరువులను, సుగంధ ద్రవ్యాలను, మణులను, ముత్యాలను, పగడాలను తెప్పిస్తాడు.

కన్నీళ్ళతో నిండిన ముఖాలతో బ్రాహ్మణులంతా, పట్టు వస్త్రాలు ధరించి, వాద్య ధ్వనుల తోనూ, స్తోత్ర పాఠకులతోనూ అభినందింపబడుతున్న రాక్షస ప్రభువైన ఆ రావణుడిని సుందరమైన బంగారు పల్లకి ఎక్కించి, చిత్రవర్ణాలతో వున్న పతాకాలతోనూ, పుష్పాలతోనూ ఉన్న ఆ పల్లకిని ఎత్తి, విభీషణుడు ముందు నడుస్తుండగా కర్రల్ని తీసికొని దక్షిణాభి ముఖులై శ్మశానం వైపు వెళ్లారు. అధ్వర్యువు ప్రజ్వలింప చేయగా అగ్నులు మండినాయి. కుండలలో ఉంచబడిన ఆ అగ్నులన్నీ ఆ రావణునికి ముందు వెళ్లాయి.

రావణుడిని ఒక పవిత్ర స్థానంలో ఉంచి, మంచి గంధపు కర్రలతో, వచ్చె వేళ్ళతో కప్పబడిన ఉన్ని బట్టి పైన పరచిన చితిని వేదోక్త రీతిలో ఏర్పాటు చేశారు. రావణుని అంత్యక్రియలు వేదోక్త విధానంలో జరుపబడ్డాయి.

పితృమేధోక్తమైన కర్మను చేశారు. ఆగ్నేయంలో వేదిని ఏర్పాటు చేశారు. తగు స్థానాలలో అగ్నిని ఉంచారు. పెరుగు కలిపిన నేతితో నింపిన ప్రవమును అతని భుజం వైపుపడవేసారు. బందిని పాదాల దగ్గర, రోలును తొడల దగ్గర ఉంచారు. కర్మ కర్ర గిన్నెలు, ఆరణి, ఉత్తరారణి, రోకలి ఇతర వస్తువులు శాస్త్రోక్తంగా ఉంచి చితి చుట్టూ తిరిగారు.

రాక్షసులు అక్కడ శాస్త్రోక్తమైన, మహర్షులచే విధింప బడ్డ విధానాలచే పవిత్రమైన పశువును (మేకను) చంపి దాని పనను (మేక కడుపులో ఉంటే ఉల్లి పొర కాగితం వంటి పదార్థం) రాజు ముఖంపై ఉంచారు.విభీషణుడితో కలిసి ఆ రాక్షసులంతా ఆ రావణుడి శవంపై గంధం, పుష్పమాలలు, వస్త్రాలు మొదలైన వాటితో అలంకరించి, పేలాలు చల్లారు. విభీషణుడు రావణుని చితికి నిప్పు ముట్టించాడు. స్నానం చేసి తడి బట్టలతోనే దర్భలు ఉదకం కలిపిన తిలలను అతనికి సమర్పించి, జలతర్పణం కూడా చేసి, తలవంచి నమస్కరించారు.

విరాధుడు చెప్పినట్లు రాక్షసులను ఖననం చెయ్యాలి కాని రావణుడి శవాన్ని దహనం చేయడం ఎందుకు జరిగింది. వాలి విషయంలో అనుసరించిన పద్ధతినే రావణుడి విషయంలోనూ అనుసరించారు. వాలిని అతని తమ్ముడు సుగ్రీవుడు ముందుండి దహన కార్యక్రమాలు నిర్వహిస్తే, రావణుడి దేహాన్ని రావణుడి తమ్ముడు విభీషణుడు పూర్తి చేశాడు. అంటే రాముని సలహా మేరకే ఈ దహన కార్యక్రమం నిర్వ హించారు.

రావణుని దేహం రామాయణం లో చెప్పినట్లు దహనం చేయబడలేదని, విభీషణుడు మండోదరిని ఓదార్చే సందర్భంలో రావణుని అభిమానించే నాగజాతి ప్రజలు ఆ దేహాన్ని ఎత్తుకుపోయి ఆయన్ని బ్రతికించడానికి ప్రయత్నించారని ఆ ప్రయత్నాలు విఫలం కావడంతో మమ్మీగా మార్చి శవ పేటికలో పెట్టారని శ్రీలంక వాసులు ఇప్పటికీ విశ్వసిస్తున్నారు. శ్రీలంకలోని దట్టమైన అడవులోని రగ్లా (Ragla) ప్రాంతంలోని గుహలలో మమ్మీ రూపంలో ఉన్న రావణుడి మృతదేహాన్ని శ్రీలంక ఇంటర్నేషనల్ రామాయణ రీసర్స్ సెంటర్ మరియు మంత్రిత్వ శాఖ ఆధ్వర్యంలో కనుగొనబడింది. ఆ దేహాన్ని సర్పాలు, క్రూర జంతువులు సంరక్షిస్తున్నట్లు తెలిపారు.(3)

పాద సూచికలు

1. పుట – 542, రచయిత – రణజిత్ సీతారాం

2. కృష్ణ చరిత్ర = 2030 చంద్ర చటో పాధ్యయ V&S పబ్లిషర్స్ Theppu, Romile (2004) Early India: From the origins to AD 1300, University of California Press. ISBN 978052024 2258 లాల్ వినమ్ (2005) introducing Hindhuism New York, Totem Book PP132–33 TSBN 97818 40446263

3. Noopur & Othis – News track, Oct–21, 2018.

మూడవ అధ్యాయం

రామాయణం – రాజనీతి

విషమోపి విగాగాహతే నయః కృత తీర్ణః పయసామివాశయః
సతు తత్ర విశేష దుర్లభ స్పదు పన్య స్యతి కృత్య వర్మయః – భారవి

(లోకంలో లోతైన సరస్సులు దిగుటకు సరైన రేవులు లేకుంటే, వాటి గురించి బాగా తెలిసిన వారితో విచారించి, అందులో దిగి స్నానాదికాలు చేయడం కష్టం కాదు అలాగే రాజనీతి కూడా చాలా అగాధం కాబట్టి దాన్ని పూర్తిగా తెలుసుకోవడం కష్టం. బాగా తెలిసిన వారు యుక్తా యుక్తంగా తెలియ చెబితే రాజనీతి విషయాల్ని ఆచరించడం యోగ్య మవుతుంది).

రాజనీతి అంటే ఏమిటి?

భారతీయ రాజనీతికి ధర్మం మూలం. ధర్మాన్ని రక్షించడమే రాజు కర్తవ్యం. ఇలాంటి రాజు అధర్మ పరుడుగా మారకుండా ఉండడానికే రాజనీతిని బోధించేవారు. అన్వీక్షకి, త్రయా, వార్తల యోగ క్షేమాలకు దండం సాధనం. దాన్ని ప్రయోగించడమే దండనీతి. అది ఇది వరకు లభించిన దాన్ని లభింప చేయడం, లభించిన దాన్ని సత్పాత్రులకు అందచేయడం, లోక యాత్ర అంతా దానిపై ఆధారపడి ఉంటుందని కౌటిల్యుడు దండ నీతిని నిర్వచించాడు.న్యాయశాస్త్రం, దండనీతి, అర్థశాస్త్రం, నీతిశాస్త్రం, రాజనీతి శాస్త్రం, రాజశాస్త్రం, రాజ ధర్మం, క్షత్రియ ధర్మం అనే పేర్లు ప్రాచీన రాజనీతికి పర్యాయ పదాలు.

గణ వ్యవస్థ నుండి రాజరిక వ్యవస్థలోకి ప్రవేశించగానే కొత్త భావాలు, విలువలు పుట్టుకొచ్చాయి. కొత్త సమాజానికి అవసరమైన నీతిని వివరించడానికి నూతన పాలక వర్గానికి చెందిన రెండు వర్ణాల నుండి కొత్త సామాజిక నీతిని బోధించే శాస్త్రకారులు పుట్టు కొచ్చారు.

ఆస్తి కోసం, రాజ్యం కోసం తోబుట్టువులను కూడ చంపవచ్చు ఎటువంటి కుటిల నీతినైనా ప్రయోగించవచ్చు. అదే రాజనీతి, అదే క్షత్రియ ధర్మం. అని రాజులు విశ్వసిస్తున్నా దీనికంటే భిన్నమైన ఆలోచన మరొకటి ఉండేది. అదే ధర్మం. లోకాన్ని ధరించేది ధర్మం.వీటిని కాలాను గుణంగా మార్చవచ్చు. ధర్మం మారదు. అది శాశ్వతమైంది. శ్రీరాముడు ధర్మానికే ప్రాధాన్యం.

రామో విగ్రహవాన్ ధర్మ: అని అనిపించుకున్నాడు. సత్యం, ధర్మం మీద నడిచే రాజ్యమే రామరాజ్యం అని అంటాడు వాల్మీకి.

రాజ్యాంగం

స్వామి, అమాత్యుడు, రాష్ట్రం, దుర్గం, కోశం, సైన్యం, మిత్రుడు అనేవి సప్తాంగాలు. ఈ సప్తాంగాల స్వరూపమే రాజ్యమని శాస్త్రకారులు తెలిపారు.

రామాయణంలో' తీర్ధములు' అనే 18 విధాలైన అధికారులు రాజ్యస్థిరత్వానికి, రక్షణకు, అభివృద్ధికి తోడ్పడే, వారిని వివరిస్తుంది. వారు 1.మంత్రులు 2. పురోహితులు 3. యువరాజు4.సేనావతి 5. దౌవారికులు 6. అంతర్వంశికులు 7. కారాగారాధికారులు 8. కోశాధ్యక్షులు 9. కార్య నియోజకులు 10.ప్రాద్వికులు (న్యాయాధిపతులు) 11. సేనానాయకులు 12. నగ రాధ్యక్షులు13.కర్మాంతికులు14.సఖాధీకృతులు 15. ధర్మాధికారులు 16. దండపాలురు 17దుర్గపాలురు 18. రాష్ట్రాంతపాలకులు. అర్ధశాస్త్రం వీరిని మహాఅమాత్యులుగా పేర్కొంది . మహాభారతంలో వీరి ప్రస్తావన లేదు.

ప్రజాభిప్రాయం

ప్రాచీన రాజరిక వ్యవస్థలో ప్రజాభి ప్రాయ సేకరణ అనేది చాలా అద్భుతమైన అంశం. దశరథ మహారాజు రాముడికి యువరాజుగా పట్టాభిషేకం చేయ సంకల్పించి, ముందుగాప్రజలను, సామంతులను, నగర ప్రముఖులను, పల్లె పెద్దలను సమావేశ పరిచి, వారితో ఇలా అంటాడు. "ఆర్యులారా" మా పూర్వీకులు తమ రాజ్యం లోని ప్రజల్ని కన్న బిడ్డలలాగా చూసుకొని పరిపాలించారు. వారి మార్గంలోనే నేను నాశక్తి మేరకు పాలన సాగించాను. ఇప్పుడు వయోభారంతో రాజ్యపాలనచేయడం కష్టం కాబట్టి నాకంటే శ్రేష్టుడు, గుణవంతుడైన రాముని యువరాజుగా చేయాలని అనుకుంటున్నాను. నా ఆలోచనస క్రమమైందా? ఇంకా ఏమైనా చేయాలా? నాకు మీ సమ్మతిని తెలపండి. రాగద్వేషం లేని మధ్యస్థుల ఆలోచన శ్రేష్ఠమని అనగానే అక్కడి ప్రజలంతా రామ పట్టాభిషేకం మా అందరికి ఆమోదయోగ్యమైందని ముక్త కంఠతో సమాధాన మిస్తూ జయజయధ్వానాలు చేశారు.

రాముడు రూపు దాల్చిన ధర్మం, సజ్జనుడు, సత్య పరాక్రముడు, దేవతలకుదేవేంద్రుని వలె సకల జనులకు ప్రభువు. రాజు కుమారులంతా రాజ్యమేలరు. అందరికి రాజ్యాధికారమిస్తే రాజ్యంలో నీతి తొలగిపోతుంది. రాజ్యం శిథిల మవుతుంది. ఈ కారణాల వల్ల గుణవంతులైన మిగతా కుమారులున్న రాజ్యపాలనాధి వ్యాపారాలను రాజులు తమ జ్యేష్ఠపుత్రునికి ఆధీనం చేస్తారు.దశరథుని మాటల్లో కూడా ఇదే ధ్వనిస్తుంది.నాకన్ని విధాలా తగినట్టి జ్యేష్ఠపత్నికి గుణశ్రేష్ఠడగు నీవు నాకుప్రీతి పాత్రుడగు కుమారుడిగా జన్మించావు. అని రామునితో అనడంతో రామునికి రాజ్యార్హత సూచించబడింది. ప్రజలను రంజింపచేసేవాడే రాజు.

కైకేయి రాజకీయం.

దశరథుడి ఆలోచనలకు భిన్నంగా అంతః పుర వ్యవహారాలు కొనసాగాయి. ఆ కాలానికి రాణి వాసాలు రాజకీయ అధికార కేంద్రాలుగా మారాయి. దశరథుడికి ముగ్గురు రాణులున్నా చిన్న

రాణి కైకేయిదే పెత్తనమంతా. రాత్రి రాజు పడకా ఆ పడుచు రాణి గదిలోనే. ఆమె గురించి దశరథుడికి బాగా తెలుసు కాబట్టి భరతుడు తన మేనమామ ఇంటికి వెళ్లిన సమయంలో శ్రీరామపట్టాభిషేకానికి ముహూర్త నిర్ణయం చేశాడు.భరతుడు ఎంతటి మంచి వాడైనా, నీవంటే ఎంత భక్తివున్నా, ఎవరి బుద్ధి ఎప్పుడు ఎలా మారుతుందో? అని రాముడిని హెచ్చరించాడు.

విషయం తెలుసుకున్న కైకేయ పరిచారిక మంథర వెనుక కైకేయ రాజులున్నారో ఏమో? ఆమె ఎవరి ప్రోత్సాహంతో కైకేయిను ప్రేరేపించిందో కాని శ్రీ రామ పట్టాభిషేకానికి కైకేయ ద్వారా ఆటంకం కల్గించింది. సురాసుర యుద్ధ సమయంలో తనకిచ్చిన వరాలను తెరపైకి తెచ్చింది. ఇదంతావ్యూహమే.రాణీవాసపు రాజకీయ నాటకీయ పరిణామాల తర్వాత కైకేయ మాట నెగ్గడం, రాముడు వనవాసానికి బయల్దేరడం జరిగింది.

రామో విగ్రహవాన్ ధర్మః

స్థితి ప్రజ్ఞుడు, సకల గుణాభిరాముడు, శాంతి మూర్తి అయిన శ్రీరాముడికి రాజనీతి – రాజకీయం రెండు తెలిసినా ధర్మమార్గాన్ని ఎంచుకున్నాడు. ధర్మాన్నే ఆచరించాడు. తండ్రి మాటకు కట్టుబడ్డాడు.అయోధ్య వాసులు ఆ పరిణామాన్ని జీర్ణించుకోలేక పోయారు. లక్ష్మణుడు ఆవేశంతో ఊగిపోయాడు. 'ఇదంతా కుట్ర' అంటూ ఆక్రోశించాడు. ఆ కుట్రలో తన తండ్రి దశరథుడు భాగస్వామి కాబట్టి అతన్ని బంధించి చెరసాలలో వేసినా తప్పు లేదని అంటాడు. రాముడు వారించడంతో కొంత మెత్త బడ్డాడు.

అందం, ఆకర్షణ, సైద్ధాంతిక బలం, సద్గుణ స్వరూపం ఉన్నాయి కాబట్టి రాముడు జనాభిమానాన్ని పొందాడు. మంచి నాయకత్వానికి రాముడు కొలమానం. రాముడు జితేంద్రయుడు. పాలకుల మోహాలకు అనేక ముసుగులుంటాయి. నోటిలో వేయి నాలుకలుంటాయి.

పైకి చిరునవ్వులు చిందిస్తున్నా లోలోపల శాపనార్ధాలు, క్రూరత్వం నిండి వుంటుంది. రాముడిలో ఈ భావాలు కన్పించవు కాబట్టి వాల్మీకి మహర్షి అతన్ని శుచి అని వర్ణించాడు. అతడి మనస్సు, వాక్కు రెండూ పరిశుభ్రమే! సత్యవాక్ – రాముడి ప్రతిమాట సత్యమే.దేశకాలవిత్ – ఎప్పుడు ఏం మాట్లాడాలో, ఎవరితో ఎలా వ్యవహరించాలో బాగా తెలిసినవాడు.అలాంటి రాముడికి అన్యాయం జరిగితే ప్రజలు సహించరు. ఇది గమనించాడు కాబట్టి భరతుడు రాముడి పట్ల విధేయతను, విశ్వాసాన్ని ప్రకటించి అయోధ్య వాసులతో అసంతృప్తిని కొంత తగ్గించాడు.

రాముడు భరతుని ప్రశ్నించడంలోగల రాజనీతి పరమార్థం

దశరథమహారాజు మరణ వార్త రాముడికి తెలియదు. భరతుడు అన్నను వెతుకుతూ అడవులకు బయలుదేరిరాముణ్ణి కలిశాడు. భరతుడిని చూడగానే భరతుడికి పట్టాభిషేకం జరిగిందనే రాముడు

భావించాడు. భరతుని కుశల ప్రశ్నలువేస్తూ తనకు కావాల్సిన సమాచారాన్ని రాబట్టే ప్రయత్నం చేశాడు రాముడు. ఈ ప్రశ్నలన్నీ శ్రీ రామచంద్రుడి రాజనీతి రహస్యాన్ని విప్పిచెప్పేవి.

రాముడు భరతుని ప్రశ్నించడం

భరతుడు అడవి లో ఉన్న రాముని దగ్గరకు రాగానే రాముడు అతన్ని కౌగలించుకొని ప్రశ్నల మీద ప్రశ్నలు సంధించాడు. ఈ ప్రశ్నలన్ని రాముడికి రాజనీతి పై గల అపార విజ్ఞానానికి నిలువెత్తు నిదర్శనాలు.

(అయోధ్య – 100 – 6 వ శ్లోకం నుండి 60 వ శ్లోకం వరకు)

1) దశరథ మహారాజు జీవించి ఉన్నాడా?

2) చిన్నవాడైనానీ రాజ్యం ప్రజానురాగం నశింప లేదుగదా?

3) ఇక్ష్వాకుల కుల గురువు వశిష్ఠుడు పూర్వంలాగానే గౌరవింపబడు చున్నాడు కదా?

4) పూజ్యురాలైన కైక రాజ్యలాభంచే సంతోషంగా ఉంది కదా?

5) నీ పురోహితుడు చక్కగా గౌరవింప బడుతున్నడా?

6) యజ్ఞాదులచే దేవతలను, ఆజ్ఞను పాటించుట, సేవ చేయడం వల్ల తల్లిదండ్రులను, అనుసరణ– అభిమతాలు ఆచరించడం వల్ల గురువులను, ధనదానదులచే తల్లిదండ్రులతో సమానగులగు జ్ఞాతులను, నమస్కారాదులచే జ్ఞానశీల వయోవృద్ధులను, విద్యాంసులైన బ్రాహ్మణులను గౌరవిస్తున్నావా?

7) ధనుర్వేద పారంగుడైన సుధన్వ ఆదరిస్తున్నావా?

8) నీకు సమానులు (విశ్వసనీయులు) ధీరులు, నీతిశాస్త్ర కోవిదులు, ఇతరులకు లోభపెట్ట దగిన వారు, ఉత్తమకుల సంజాతులు, పరులను చూడగానే వారి మనోభావాల్ని గ్రహించగల్గిన వారిని మంత్రులుగా చేసుకున్నావా?

9) నీతి శాస్త్ర కోవిదులు, రహస్యంగా, ఆలోచించే మంత్రంచే బయట పడనీయక బాగా కాపాడబడిన ఆలోచనయే రాజుల విజయానికి మూలం.

10) నీవు నిద్రకు లోబడక తగిన సమయంలో మేల్కొనుచున్నావు గదా! అర్ధరాత్రులలో రాచకార్యాలకు సంబంధించిన సామర్థ్యాన్ని ఆలోచిస్తున్నావా?

11) నీవు ఒంటరిగా లేదా పలువురిలో రాజ కార్యాన్ని ఆలోచడం లేదు కదా! నీ రహస్యాలోచన దేశమంతా తెలిసిపోవడం లేదు కదా! (ఒక్కడి ఆలోచన వల్ల గుణ దోషాలు తెలియవు అనేకమందితో కలసి ఆలోచిస్తే ఐక్యమత్యం కుదరదు పైగా రహస్యంచెడిపోతుందని అర్థం.)

12) స్వల్ప ప్రయత్నంతో మహాఫలాన్ని సిద్ధించే పని వెంటనే చేస్తున్నావు కదా? ఆలస్యం చేయడం లేదు కదా?

13) సామంతరాజులు నీవు ఆలోచించిన సకల కార్యాల్ని నిర్వహించగానే తెలుసుకుంటున్నారా! నీవు చేయాల్సిన పనులు వారికి తెలియదు కదా?

14) నీవు లేదా నీ మంత్రులు చేయు సంకల్పించిన పనిని ఊహలచేగాని అనుమానం లేదా ఇంగితంచే గాని పరులు గుర్తించట లేరు గదా?

15) వేయిమంది మూర్ఖులను వదిలిపెట్టైనా అలోచించి పని చేసే పండితుని ఒక్కడిని కోరుకుంటున్నావా? కార్య సంకట సమయంలో పండితుడు చాల శ్రేయస్సును కలిగిస్తాడు.

16) రాజు వేలాది మూర్ఖులను నియమించుకున్నా వారి వల్ల మంత్రోపాయంలో ఎలాంటి సహాయం ఉండదు.

17) బుద్ధి కుశలుడు, స్థిరబుద్ధియు, ఆలోచనా సమర్థుడైన నీతిశాస్త్ర పండితుడైన మంత్రి ఒక్కడున్నా రాజుకు గొప్ప సంపదను చేకూర్చగలడు.

18) ఉత్తములు, మధ్యములు, హీనులు అనే దృష్టితో వారి వారి స్థాయి ఒట్టి ఉద్యోగాలలో సేవకులు నియమింపబడ్డారా?

19) సుపరీక్షితులు, కులక్రమాను గతులు, త్రికరణ పరిశుద్ధులు శ్రేష్ఠులైన మంత్రులను ఉత్తమ కార్యాల్ని చేయడానికి నియమించుకున్నావా?

20) తీవ్రమైన దండన విధించి ప్రజల్ని నీవు పీడిస్తుంటే నీ మంత్రులు నిన్ను నివారిస్తున్నారా?

21) బలవంతంగా అధిక పన్నులు విధిస్తూ ధనార్జన చేస్తుంటే ప్రజలు అవమానించుట లేదుగా?

22) కుటిల నీతి విద్యలో నేర్పరులైన వారిని ఏరాజు చంపడో ఆరాజు వారిచేత చంపబడతాడు.

23) ప్రతిభావంతుడు, శత్రువుల్ని అదుపులో పెట్టగలవాడు, సందర్భానుసారంగా సేనావ్యూహాదుల్ని తెలిసిన బుద్ధిశాలి, ధైర్యవంతుడు, విశ్వాసం కలవాడు, మంచి కులంలో పుట్టినవాడు, కార్యకుశలుడు రాజుపై ప్రేమ కలవాణ్ణి నీవు సేనాపతిగా నియమించుకున్నావా?

24) ప్రధాన వీరుల్ని నీవు మంచి పారితోషకాదులిచ్చి పొగుడుతున్నావా?

25) సైన్యానికి తగిన సమయంలో ఆహారాన్ని, వేతనాల్ని వారి వారి పనికి తగినట్లు ఇస్తున్నారా? లేదా ఆలస్యం చేస్తున్నారా?

26) సమయానికి ఆహార, వేతనాలు అందకపోతే దానిపై ఆధారపడి జీవించే సేవకులు రాజుపై కోపిస్తారు. ఇది కీడు కలిగిస్తుంది.

27) ప్రధానులైన క్షత్రియులంతా నీపై ప్రేమ కలిగి ఉన్నారా? నీ కార్యం కోసం వారు నిబద్ధతో ప్రాణాలు విడవడానికైనా సిద్ధంగా ఉన్నారా?

28) స్వదేశీయుడు ఇతరుల మనోభావం తెలిసినవాడు, సమర్థుడు, సమయోచితస్ఫూర్తి గలవాడు, రాజు సందేశాన్ని అతిక్రమింపక సందేశానికి ప్రతిసందేశం పలికేవాడు, యుక్తా యుక్త వివేకం కలవాడైన వాణ్ణి నీవు దూతగా నియమించుకున్నావా?

29) నీవు చారుల ద్వారా శత్రుపక్షపు, స్వపక్షపు అధికారుల గురించి తెలుసుకుంటున్నావా? ఒక్కొక్క అధికారి కోసం ముగ్గురు చారుల చొప్పున నియమించుకున్నావా?

30) నీచే వెళ్లగొట్టబడి తిరిగివచ్చిన శత్రువుల్ని అల్పులుగా భావించి వారిని లెక్క చేయకుండ ఉండ లేదు కదా!

31) లోకా యాత్రికులు అంటే ప్రత్యక్షంగా ప్రయాణాన్ని మాత్రమే అంగీకరించేవారు. వేద ప్రామాణ్యాన్ని అంగీకరించనివారు. అలాంటి నాస్తికులగు బౌద్ధ చార్వాకాది బ్రాహ్మణులను సేవించడం లేదుకదా! అజ్ఞానులు, పండితులు కాకున్నా పండితులమని భావిస్తారు. ఇలాంటి వారు ఆపదల్ని కలిగించడంలో నేర్పరులు.

32) వ్యవసాయం, గోరక్షణ చేస్తూ జీవించే వైశ్యులు నీపట్ల అనురక్తులై ఉన్నారా? క్రమవిక్రయాది రూపమైన వాణిజ్యమున్నప్పుడే నిన్నాశ్రయించిన జనులు సుఖంగా ఉండగలరు. వారికభీష్టములు ఇచ్చి బాధలు తొలగించి వారిని నీవు పోషిస్తున్నావా? దేశప్రజలందర్ని రాజు రక్షించడానికి అర్హుడే.

33) అంతఃపుర కాంతల్ని సంరక్షిస్తూ, వారికి అనుకూలంగా వుంటూ, వారి మాటల్ని యథార్థాలని నమ్మవు కదా! వారికి రహస్యాన్ని చెప్పడం లేదు కదా.

34) ఏనుగుల ఉత్పత్తి స్థానమైన నాగవనాన్ని కాపాడుచున్నావా? ఉన్న ఏనుగులతో సంతృప్తి పడడం లేదు కదా?

35). ప్రతిదినం ఉదయమే లేచి, అలంకరించుకొని నీవు ప్రజలకు దర్శనమిస్తున్నావా?

36) సేవకులకు అన్నసమయాల్లో దర్శనమివ్వడం లేదా ఇవ్వకుండా ఉండడం, అనే పద్ధతిలో కాకుండా తగిన సమయంలో మాత్రమే దర్శనమిస్తున్నావు కదా!

37) నీదుర్గాలన్నిటిలో ధనధాన్య ఆయుధ, జల, యంత్రాలలో శిల్పులతో, విలుకాండ్రతో నిండి వున్నాయా?

38) నీకు రాబడి అధికంగా వ్యయమల్పంగా ఉన్నదా? ధనాన్ని అధికంగా అపాత్రులకు, నట విట గాయాకాదులకు పోవుట లేదు కదా!

39) దొంగలింపబడిన సొమ్ముతో దొరికిన దొంగను ధనలాభంతో విడిపించడం లేదు కదా!

40) అధికారులు, మంత్రులు ధనానికి–దారిద్రానికి ఏర్పడిన వివాదంలో ధనాపేక్షతో వ్యవహరించడం లేదు కదా! అసత్యమగు దోషారోపణం చేయబడిన వారే దండితులైన ప్రజల

కన్నుల నుండి కారిన కన్నీరు, న్యాయా న్యాయములను విచారింపక కేవలం భోగానికి రాజ్య పాలన చేయు రాజు బిడ్డల్ని, పశువులను నశింపచేస్తుంది.

41) శాస్త్రోక్త మంత్ర లక్షణాలలో కూడిన మంత్రులు నలుగురు లేదా ముగ్గురితో కలిసి యాలోచించి, వేర్వేరుగా వారి, అభిప్రాయాల్ని గమనించి ఆలోచన చేస్తున్నావు కదా? (100–71)

ఇలాంటి ప్రశ్నల్ని రాముడు భరతునిపై సంధించడంతో అయోధ్య పాలనపై రాముడు ఎన్ని జాగ్రత్తలు సూచిస్తున్నాడో తెలుస్తోంది. ఇవి కేవలం ఊసుపోక వేసిన ప్రశ్నలు కాదు. ప్రతి ప్రశ్న వెనుక లోతైన రాజ నీతి అంశం దాగి వుంది. రామునిలో రాజ నీతి పట్ల ఉన్న అపారమైన విజ్ఞానాన్ని తెలియచేస్తోంది.

మిత భాషి అయిన రాముడు ప్రశ్నలపై ప్రశ్నలు భరతునిపై సంధించడం వెనుక భరతుని యొక్క రాజ్యపాలన, రాజనీతి గురించి అడగకనే అడిగినట్లయింది. ప్రశ్న లోతుని బట్టే ఎదుటి మనిషి ఆలోచనల్ని పసిగట్టవచ్చు.

సింహాసనం నీదే, నీవే పరిపాలించు అని భరతుడు ప్రకటించగానే రాముడు అయోధ్యకు వెళ్లి రాజుగా ప్రకటించుకోవచ్చు. కాని రాముడు విలువలతో కూడిన రాజకీయవాది. నా తండ్రి ఎదుట నేను చేసిన శపథం నెరవేర్చకుండా మాటతప్పితే అది అధర్మం అవుతుంది. వృత్తిధర్మాన్నే పాటించని నేను రాజ ధర్మాన్ని ఎలా పాటించగలను అని భరతుడి ప్రతిపాదనను సున్నితంగా తిరస్కరించాడు.

కొందంత అండ సహచరులే

ఏ నాయకుడికైనా సరైన సహచరులుంటేనే రాజకీయాలలో రాణిస్తారు. నాటికీ ఈనాటికీ ఇందులో తేడా లేదు. సుగ్రీవుడు సత్యాన్వేషణలో నిర్లక్ష్యంగా ఉండడం చూసి రాముడు ఇలా అంటాడు. "సహచరులతో ప్రేమగా వ్యవహరించే ప్రభువుకు రాజ్యం, కీర్తి, వైభవం పెరుగుతూ ఉంటుంది. విశాల సామ్రాజ్య పాలకుడవుతాడు. ఏ నాయకత్వ విజయంలో నైనా విధేయులైన అనుచరులదే ప్రధాన వాటా వుంటుంది. రాముడి తొలి అడుగులోనే గుహుడు ప్రధాన అనుచరుడిగా కన్పిస్తాడు. హనుమంతుడు, సుగ్రీవ జాంబవంతులు ఇలాంటి అనుచరులు రాముడికి లేకపోయివుంటే రామాయణాన్ని ఊహించండం కష్టమయ్యేది.

లక్ష్మణుడి విధేయత వాల్మీకి మహర్షినే ఆశ్చర్య పరిచింది. ఇలాంటి తమ్ముడువుంటే లంకనే కాదు యావత్తు జగత్తును జయించవచ్చని అనుకుంటాడు. అందుకే రాముడు తన అనుచరులను ఆప్యాయంగా పలకరిస్తూ ప్రేమను కురిపించాడు.

రాముడు హనుమంతుడిలో ఓ ఉన్నతమైన మంత్రిత్వాన్ని చూశాడు. రావణుడి సోదరుడు విభీషణుడు రామని అనుచరుడిగా ఉండాలని శరణ వేడితే రాముడు తన ప్రధాన అనుచరులతో

సంప్రదిస్తాడు. ఆ తరువాత విభీషణుడిని స్వాగతిస్తాడు. విభీషణుడి గురించి సమగ్ర నివేదిక అందించాడు హనుమంతుడు. ఆ నివేదిక సారాంశం ఇది."అతడి మాటల్లో ద్వేషభావమేమి కనిపించడం లేదు. ముఖం నిర్మలంగా ఉంది. ఉచ్చారణలో ఎలాంటి దోషం కనిపించలేదు. మీ సహకారంతో లంకాధిపత్యం పొందవచ్చని అతడు భావించి ఉండవచ్చు" అని అంటాడు. హనుమంతుడి ఆలోచనలు గురి తప్పలేదు. రావణుడి అంతర్గత విషయాలన్నీ విభీషణుడి ద్వారా తెలుస్తాయి. రావణవధ అనంతరం విభీషణుడే, లంకాధిపతి అవుతాడు.

రావణవధానంతరం అయోధ్యకు తిరుగు ప్రయాణంలో తన అనుచరులందరినీ పుష్పకవిమానంలో కూర్చోబెట్టుకొని రాముడు సీతతో కలిసి ప్రయాణించడంతో అనుచరులకు రాముడు ఇచ్చిన విలువలకు తార్కాణం.

రాజు ప్రజలతో కలిసి ఉండాలి

భరతుని రాజుగా చేయడం

రాముణ్ణి పద్నాలుగేళ్ల వనవాసాన్ని కోరింది కైకేయి. రాజకుమారుడైన రాముణ్ణి వనవాసం చేయమనడం కేవలం ఆరాజ్య ప్రజలకు అతన్ని దూరంగా ఉంచడమే. ఇందులో రెండు ప్రధాన అంశాలు స్పురిస్తాయి. ఒకటి భరతుడి రాజ్యంలో జన బలం ఉన్న రాముడుంటే ఎప్పటికైనా భరతుడు పదవి భ్రష్టత పొందవచ్చు. లేదా అతని జీవితానికి భద్రత లేకపోవచ్చు. రాముడు పద్నాలుగేళ్లు అడవులలో తిరుగుతూ ఉంటే ప్రజలకు దూరమవుతాడు. ప్రజలు అతన్ని మరచిపోతారు. ఇంతలో భరతుడు తనపునాదుల్ని భద్రపరుచుకొని శక్తిమంతుడవుతాడు. ప్రజలంతా భరతుని వెంట ఉంటారు. రాముడు పూర్తిగా ప్రజలకు, అధికారానికి దూరమవుతాడు. రాజా ప్రియదర్శనః అంటుంది అర్థశాస్త్రం.

రాజు లేని రాజ్యం

ఏ రాజ్యమైనా రాజు లేకుంటే ఆ రాజ్యం నాయకుడు లేని నావలాగా తయారవుతుంది. దశరథుని మంత్రి సుమంతుడు రాజు లేని రాజ్యం ఎలా వుంటుందో వివరించాడు. 'పశువుల కాపరి లేని పశువుల వలె, నాయకుడు లేని సేన వలె, ఆబోతు లేని ఆవు వలె రాజు లేని రాష్ట్రం చెడిపోతుంది.

రాయభారం

రాయభారిని దూత అని కూడా అంటారు. రాముని సైన్యం లంకను ముట్టడించింది. చివరి ప్రయత్నంగా రావణుని దగ్గరకు అంగదుని రాయభారిగా పంపారు. అంగదుడు రావణుని సభలోకి వెళ్లాడు. ఆ సమయంలో రావణుడు మంత్రులతో ఆలోచిస్తున్నాడు. అంగదుడు రావణునికి ఎదురుగా నిలబడి 'నేను రాముని దూతను వాలి పుత్రుణ్ణి. నాపేరు అంగదుడు. నాసంగతి ఇంతకు

ముందుగానే నువ్వు విని ఉంటావు. రఘువంశతిలకుడు, కౌసల్యాదేవి కుమారుడు రాముడు ఇలా చెప్పమన్నాడు.

విను! "రావణా! నా ఎదుట నిలిచి యుద్ధం చెయ్య. నీ పౌరుషాన్ని ప్రదర్శించు. నీ పుత్ర, మిత్ర, బంధు వర్గాన్ని నీ మంత్రుల్ని నిన్ను సర్వనాశనం చేస్తాను. నీ సంపదలన్నీ విభీషణుడి స్వంతమవుతాయి. నువ్వు వచ్చి నా కాళ్లపై బడి సీతను సమర్పించకపోతే ఇదంతా జరిగి తీరుతుంది.

దూత

విదేశీ వ్యవహారాల్ని సక్రమంగా చూడటానికి దూతల్ని నియమించుకునేవారు. వీరినే రాయబారులు అని అంటారు. రాజులు తమ సేనలో నేర్పరులైన వీరుల్ని ఇందుకు ఉపయోగించుకునేవారు. వీరు శాశ్వత ఉద్యోగులు కారు. ఒక రాజు నుంచి మరొక రాజుకు సమాచారాన్ని చేరవేయడం ఈ దూతల పని. స్వభావాన్ని బట్టి దూతల్ని మూడు విధాలుగా విభజించవచ్చు.

1. నిష్ఠువణార్థుడు – సర్వాధికారాలు కలిగి వుండే రాజ దూతలు.

2. మితార్థుడు– రాజు – రాజ బంధువులు అనుమతితో రాజ సందేశాన్ని మాత్రం పరరాజులకు చేరవేర్చే ద్వితీయశ్రేణి దూత.

3. శాసనహారకుడు – రాజ సందేశాన్నియదాతథంగా పరరాజుకు విన్పించే తృతీయ శ్రేణి దూత.

వాల్మీకి రామాయణంలో ప్రధమశ్రేణి దూతగా హనుమంతుడు ద్వితీయ శ్రేణి దూతగా అంగదుడు కన్పిస్తారు. ఒకరకంగా ఆలోచిస్తే హనుమంతుడు దూతగా వెళ్ల లేదు. సీతాన్వేషణ కోసం చారుడిగా వెళ్లాడు. ఐనా స్వతంత్ర బుద్ధితో రాయబారం సాగించాడు.

ఇది కార్యం, ఇది అకార్యమని కార్యాకార్యములకు సంబంధించి రాజు, మంత్రులు నిర్ణయించినా, అనిశ్చయ రూపమగు బుద్ధి, అనాలోచనతో పనులు చేసే దూతకడ రాజులు శోభిల్లరు. తాము అన్ని తెలిసిన పండితులమని భావించి, దూతలు పనులు పాడు చేస్తారు.(1)

దేశకాలాల్ని విచారింపక అవివేకి అయిన దూత చేసే పనులు సూర్యోదయంచే చీకటి నశించినట్లు నశిస్తాయి.(2)

శత్రు రాజుల దగ్గరకు వెళ్ళిన దూతలు ప్రియవచనాలతో పాటు అప్రియాలు కూడా పలకవలసి వుంటుంది. అప్రియవచనాలకు మానధనులైన రాజులు దూతలపై కోపించి వధించడానికి ప్రయత్నిస్తారు. ఇలా జరిగితే విదేశాంగనీతి పూర్తిగా విఫలమైనట్లే. అంటే దుర్దృష్టకరమైన వినాశనకరమైన యుద్ధం తప్పదన్నమాట. కాబట్టి దూతల్ని వధించడం తగదని మన ప్రాచీన రాజనీతి ఉద్ఘాటించింది.

రావణుడు హనుమంతుని వధించాలని అనుకుంటుంటే విభీషణుడు తగదంటాడు. 'వీరుడా'! ఈ వానరుని చంపడం రాజ ధర్మానికి విరుద్ధం, లోకవ్యవహారానికి నింద్యమైంది. నీవంటి వీరునికి తగనిపని. యుక్తా యుక్తములనెంతింగి దూతను దండించాలి.[3]

దూతలకు శిక్షలు వేయాల్సి వస్తే అతన్ని చంపకుండా, అంగ వైరూప్యం కల్గించడం, కొరడాలతో కొట్టడం, ముండనం చేయించడం, ముద్ర వేయడం మొదలైన దండనములు దూతకు విధించాలని రావణుడితో విభీషణుడు అంటాడు.[4] రావణుడు దూతగా వచ్చిన హనుమంతుని, రెండవసారి దూతగా వచ్చిన అంగదుని వధించాలని అనుకుంటాడు. ఇలా రెండు సార్లు రావణుడు దూత మర్యాదల్ని పక్కకునెట్టాలని చూశాడు.

రాజుల కోశాగారాన్ని అభివృద్ధి చేయడానికి ప్రధాన వనరులు పన్నులు. స్వార్థపరులైన రాజులు విపరీతమైన పన్నులు విధించి ప్రజల్ని క్రూరంగా హింసించారు. అలా హింసించడం ఎంతటి అధర్మమో మునిగణం శ్రీరాముడి తో చెబుతుంది.

నాయనా! ఏ రాజు ఆరవ భాగం పన్నుగా స్వీకరించి, ప్రజల్ని పుత్రులవలె కాపాడడో ఆరాజు గొప్ప అధర్మం పాలగును. ఎవ్వడు సదాప్రయత్న పరుడై అవహితుడై తన దేశవాసులందర్ని తన ప్రాణంతో సమానంగా కన్నబిడ్డల్లాగా రక్షిస్తాడో ఆరాజు శాశ్వత కీర్తిని పొందుతాడు. బ్రహ్మలోకంలో కూడా పూజింపబడతాడు. దుంపలు తింటూ ధర్మ సముపార్జనం చేసే ముని పన్ను చెల్లించలేకపోతే, ఆ ముని సంపాదించిన ధర్మంలో నాల్గవ పాలు ప్రజల్ని ధర్మంతో కాపాడే రాజుకు లభిస్తుంది.[5]

ధాన్యాగారాలు, ఆయుధాగారాలతో పాటు ధనాగారాన్ని (నవరత్నరాసులు, బంగారు, వెండి, వస్త్రాలు, ఆభరణాలతో కూడిన) కూడా వృద్ధి చేసి, తన ప్రజలను సంతుష్టులను చేస్తూ, వారి అభిమానాన్ని చూరగొంటూ భూమిని పాలించిన రాజును చూసి అతని మంత్రులు (సామంతులు) అమృతాన్ని చూసిన అమరులవలె ఆనందిస్తారు.[6]

రాజులు విల్లు ధరించి మహారణ్యాలలో వేటాడుతూ మాంసం కోసం, విలువిద్యలో చల లక్ష్యాన్ని ఖేదించుట అనే నైపుణ్యాన్ని పరీక్షించు వినోదం కోసం మృగాల్ని చంపుతారు. రాజులు వేట ద్వారా ఏనుగుల కుంభస్థలంలోని ముత్యాల్ని, శ్రేష్టమైన మణుల్ని, బంగారం లో వున్న వివిధ ధాతువుల్ని సంపాదిస్తారు.[7]

రాజు తన రాజ్యాన్ని, ప్రజలను శత్రువుల బారి నుండి, కరువు కాటకాలనుండి రక్షించు కోవడానికి తన భాండాగారంలో సంపదల్ని నిలువ వుంచాలి. ఈ ధనసేకరణ వివిధ రూపాలలో జరిగేది. ప్రజలపై విధించే వివిధ రకాల పన్నులు, సుంకాలు, దండయాత్రలలో కొల్ల గొట్టే ధనం ద్వారా భాండాగారాలు నింపేవారు. చివరకు అడవుల్లో ముక్కుమూసుకాని తపస్సుచేసే మునులు కూడా పన్నులు చెల్లించేవారని, అలా చెల్లించకపోతే వారు సంపాదించిన ధర్మంలో 4వ వంతు రాజులకు చేరుతుందని విశ్వాసం ఉండేది.[8]

రాజు ప్రజలనుండి వారి ఆదాయంలో ఆరవ భాగాన్ని పన్నుగా గ్రహించేవారు.(9)

రాజ్య పాలనకు, రాజ్య రక్షణకు గూఢచారులు అత్యంత అవసరం. వీరు తెలియచేసే నివేదికల ఆధారంగా రాజు తగిన వ్యూహాన్ని అవలంబిస్తాడు. శత్రువుల ఎత్తులను, అధికారుల కుట్రలను ప్రజల అభిప్రాయాలను గూఢచారుల ద్వారానే తెలుసుకుంటాడు. "రాజులు చారుల వల్ల దూర ప్రాంతాలలోని విషయాలు కూడా చక్కగా తెలుసుకుంటారు. కాబట్టి వారిని దీర్ఘ చక్షువులు అంటారు"

రాముని సేన గురించి తెలుసుకోవడానికి రావణుడు శుకసారణులనే వేగుల్ని పంపగా విభీషణుడు వారిని గుర్తించి రామునికి పట్టిస్తాడు. రెండోసారి శార్దూలాది చారులను పంపగా వారు కూడా విభీషణునిచే చేపట్టబడతారు.

సీతను గురించి రజకుడు మాట్లాడిన తీరును గూఢచారుల ద్వారే రాముడు తెలుసుకుంటాడు. అరణ్య – (33–10)

రాజరిక వ్యవస్థలో అతి కీలకమైన పదవి మంత్రి

అరణ్యంలో రాముడు దగ్గరకు భరతుడు రాగా రాముడు మంత్రి లక్షణాన్ని గురించి ఇలా అంటాడు. శూరుల్ని, జితేంద్రియుల్ని, విద్వాంసుల్ని, కులీనుల్ని ఇంగిత జ్ఞానం కలవారిని రాజు మంత్రులుగా నియమించుకోవాలి. మంత్రాంగాన్ని రహస్యంగా ఉండేటట్లు జాగ్రత్త పడాలి అని రాజనీతుల్ని తెలియచేసాడు.

వివిధ పాత్రల ద్వారా రాజనీతిని తెలుపుట
లక్ష్మణుడు సుగ్రీవునితో చెప్పిన రాజనీతులు

రాజుకు తన కోశాగారం, సైన్యం, మిత్రులు, ప్రభుత్వం అనే ఈ నాలుగు అత్యంత ప్రధానమైనవి. రాజు ఏ కార్యం చేసినా సకాలంలో చెయ్యకపోతే తరువాత ఎంతగొప్పగా చేసినా ఫలితం ఉండదు.

ధర్మం, అర్థం, కామం అనేవాటిని ఆయా కాలాలలో అనుభవించే వాడు రాజు అని అనిపించుకుంటాడు. అటువంటి రాజు నిరంతరం జాగరూకతత్తో ఉంటాడు. కాని ధర్మం, అర్థాన్ని విడిచి కేవలం కామసక్తుడైన వాడు మాత్రం ఆపదలు వచ్చినప్పుడు మాత్రమే మేలుకుంటాడు. తన తప్పును తెలుసుకుంటాడు. శత్రువును ఓడిస్తూ మిత్రులను ఆదరించే వాడు ఉత్తముడైన రాజు అని సుగ్రీవుడితో లక్ష్మణుడు అంటాడు.

వాలి – శ్రీరాముడి మధ్య రాజనీతి చర్చ

సామ, దాన, క్షమ, ధర్మ, సత్య, పరాక్రమ ధైర్యగుణాలు రాజుకుండాల్సిన గుణాలు. నీతిగా ఉండటం, వినయం కలిగి ఉండడం, నిరపరాధులను విడిచిపెట్టడం, దండించదగిన వారిని దండించడం. ఇవి రాజు పాటించాల్సిన ధర్మాలు అని రక్తపు మడుగులో కొట్టుకుంటున్న వాలి అంటాడు.

నేను ఉత్తమ కులంలో పుట్టిన క్షత్రియుడను. ఇలాంటి అధర్మ కార్యాల్ని సహించను. ఎవరైనా కామంచే తన కుమార్తెను, సోదరిని, తమ్ముని భార్యను కోరితే వారికి దండన విధించడం

క్షత్రియ ధర్మం. ధర్మాన్ని నేను నిర్వర్తించాను. ఈ సందర్భంలో మనువు చెప్పిన మాటల్ని చెబుతాను విను. పాపాలు చేసిన మానవులు రాజులచే దండించబడితే వారి పాపాలన్నీ తొలగిపోతాయి. పుణ్యాత్ములై స్వర్గానికి చేరుకుంటారు. ఒకవేళ పాపాలు చేసిన వాణ్ణి రాజు దండించక పోతే ఆ పాపం ఆ రాజుకు సంక్రమిస్తుంది. రాజులు ధర్మాన్ని రక్షించడానికే పుట్టారు. క్షత్రియులు మానవ రూపంలో నడయాడే దేవతలు అంచేత దండన విధించిన రాజును నిందించడం ధర్మం కాదు అని రాముడు వాలితో అంటాడు.

రావణుడితో శూర్పణఖ చెప్పిన రాజనీతులు

లక్ష్మణుని చేత అవమానింపబడ్డ శూర్పణఖ రాజనీతిని బాగా ఆకళింపు చేసుకున్నట్లు తెలుస్తుంది.

గ్రామ్య భోగాలలో తగులుకొని స్వేచ్ఛా చారియై లోభియైన రాజును ప్రజలు శ్మశానాగ్నిని వలె జుగుప్సతో చూస్తారే తప్పా, ఆదరించరు. ఏ రాజు సమయం వచ్చినప్పుడు తన కర్తవ్యాన్ని తాను నిర్వహింపడో ఆ రాజు కార్యాలు రాజ్యం, అతడు నశిస్తాడు. చారులను నియమించుకోలేని వాడు, ప్రజలకు ఆయా సమయాలలో దర్శనం ఇయ్యనివాడు, స్త్రీ పరతంత్రుడు అయిన రాజును ప్రజలు దూరంగా పెడతారు. స్త్రీలకు వశులై తమ దేశాన్ని చక్కగా పాలించని రాజులు సముద్రంలో మునిగిన పర్వతం లాగా అభివృద్ధి చెందినా ప్రకాశించలేరు. ఏ రాజులకు చారులు, ధనాగారం, నీతి స్వాధీనంలో ఉండవో ఆ రాజులు సామాన్యుల తో సమానులు. క్రూరుడు, పనికి తగిన ప్రతిఫలం ఇవ్వక కొంచమే ఇచ్చేవాడు, ఏమరు పాటు కల్గిన వాడు, గర్విష్టి, రహస్యంగా కీడు కల్గించే రాజు ఆపదల పాలైతే అతన్ని రక్షించడానికి ఎవ్వరు ముందుకురారు. మిక్కిలి అహంకారి, సజ్జనులకు అగ్రాహ్యుడును, తన్ను తానే పొగడుకొనువాడు, తగని చోట కోపించేవాడు అయిన రాజును కష్టకాలంలో మంత్రులు మొదలైనవారు తన వారైనా సంహరిస్తారు.

ఏ రాజు తాను చేయాల్సిన కార్యాల్ని సకాలంలో చేయకుండా, భయ హేతువులను చూచి భయపడకుండా ఉంటాడో అలాంటి వాడు రాజ్యం నుండి పతితుడై గడ్డిపోచతో సమానుడవుతాడు. ఎండిన కట్టెలతో, మట్టి గడ్డలతో చివరకు దుమ్ముతోనైనా పని వుంటుంది కాని, రాజ్యభ్రష్టులైన రాజులతో ఎవ్వరికి పనివుండదు.

కట్టి విడిచిన బట్టలు, అలంకరించుకొని విడిచిన పూలమాలలు ఎలా ఇతరులకు ఉపయోగపడవో అలా రాజ్యభ్రష్టుడైన రాజు సమర్థుడైనా వ్యర్థుడే.

ఏ రాజు ఏమరుపాటు లేక సర్వాన్ని తెలిసికొంటూ, ఇంద్రియాలను వశమందుంచుకొని ధార్మికుడై ఉంటాడో ఆరాజు చిరకాలం రాజ్యాన్ని పాలిస్తాడు.

"నయనాభ్యాం ప్రసుప్రసుప్తోన్నపి జాగర్తి నయ చక్షుషా

వ్యక్త క్రోధ ప్రసాదశ్చస రాజా పూజ్యతే జనై" (అరణ్య – 83 – 21)

ఏ రాజు కన్నులు మూసికొని నిద్రపోవుచున్నా, అతని నీతి నేత్రాలు మేల్కొని ఉంటాయో, ఎవని కోపం గాని అనుగ్రహం కాని స్పష్టంగా కన్పిస్తాయో ఆ రాజును జనులు పూజిస్తారు.

రావణుడితో మారీచుడు చెప్పిన రాజనీతులు

తాను సీతను అపహరించడానికి మారీచుని బంగారు లేడీగా రూపం దాల్చి సీతముందు సంచరించమని తన స్నేహితుడైన మారీచునితో రావణుడు అంటాడు. రాముని జోలికి వెళ్లవద్దని మారీచుడు రావణనిని బ్రతిమలాడుతాడు.

త్వద్విధః కామవృత్తో హి దుశ్శీలః పాప మంత్రతః

ఆత్మానం స్వజనం రాష్ట్రం స రాజా హంతి దుర్మతిః (అరణ్య – 37–7)

తనకిష్టమైన రీతిలో ప్రవర్తించేవాడు, చెడు నడవడిక కలవాడు, దుష్టమైన ఆలోచనలు కల్గినవాడు, దుర్బుద్ధి అయిన నీ లాంటి రాజు తన్ను తన వారిని తన రాష్ట్రాన్ని కూడా నాశనం చేస్తాడని మారీచుడు రావణుని తీవ్రంగా హెచ్చరిస్తాడు. రాముడు సాధరణ వ్యక్తి గాదు.

రామో విగ్రహవాన్ధర్మ స్సాధు స్సత్య పరాక్రమః

రాజా సర్వస్యలోకస్య దేవానాం మఘవా నివ. (అరణ్య –37–13)

రాముడు రూపుదాల్చిన ధర్మం. సజ్జనుడు, సత్య పరాక్రముడు దేవతల కింద్రుని వలె సకల జనులకు ప్రభువు – అని హెచ్చరిస్తాడు. మారీచుడు ఎన్ని విధాలుగా చెప్పిన రావణుడు వినడు.

సంపృష్టేన తు వక్తవ్యం సచివేన వివశ్చితా

ఉద్యతాంజలినా రాజ్ఞేయా ఇచ్చేదుఖతి మత్మనః (అరణ్య – 40–9)

సంపద పొందాలనుకున్న పండితుడైన మంత్రి తనను రాజు ప్రశ్నించినప్పుడు చేతులు మడిచి తనకు తోచిన హితం పలకాలి.

అలా పలికేటప్పుడు ప్రతికూలంగా కాకుండా మృధువుగా, సాదరంగా రాజుకు చెప్పాలి. తిరస్కార పూర్వకంగా చెబితే అదిమేలు కల్గించే దైనా రాజు మెచ్చుకోడు. అమిత ప్రతిభావంతులైన రాజులు అగ్ని, ఇంద్రుడు, చంద్రుడు, వరుణుడు, యముడనే ఐదుగురి రూపాలను ధరించి ఉంటారు. మహోత్ములగు రాజులు అగ్నిదేవుని వేడిమిని, ఇంద్రుని పరాక్రమాన్ని, చంద్రుని చల్లదనాన్ని, వరుణుడి ప్రసన్నతను, యముని దండాన్ని ధరించి ఉంటారు.

కాబట్టి రాజులు సర్వావస్థలలోనూ సమ్మానార్హులు, పూజ్యనీయులై ఉంటారు. అలాంటి వారి గురించి నీవు ధర్మం తెలుసుకోలేక అజ్ఞానంలో పడ్డావు. అని రావణుడు మారీచునితో రాజనీతిని గురించి మాట్లాడుతాడు.

తనకు ప్రతికూలంగా మాట్లాడుతున్న రావణునితో మారీచుడు పరుషంగా మాట్లాడి నిలదీస్తాడు. రాజైన నీవు తప్పుడు మార్గంలో వెళుతుంటే అన్ని విధాల నీమంత్రులు నిన్ను అడ్డగించాలి. అలా చేయని మంత్రులు నీకు చంపదగినవారు. రాజు స్వేచ్ఛా చారియై పెడత్రోవ బడితే అతన్ని అన్ని విధాల నిర్భందించాలి. నీ మంత్రులు ఆపని ఎందుకు చెయ్యడం లేదు. తమ రాజు గుణవంతుడైతే మంత్రులు ధర్మార్థ కామములనే కీర్తులను పొందుతారు. రాజు దుర్గుణుడైతే అవి మంత్రులకు లభించవు. ప్రజలు ఆపద పొందుతారు.

ప్రజలకు ప్రతికూలుడై, క్రూరుడైన రాజుచే పాలింపబడుచున్న ప్రజలు నక్కచే కాపాడబడే మేకలవలె అభివృద్ధి చెందలేరు.

ధర్మానికి, జయానికి రాజే మూలం కాబట్టి వారు ఎల్లప్పుడు రక్షింపదగినవారు. క్రూరంగా దండించే వారికి, ప్రజలకు విరుద్ధంగా సంచరించేవారికి, ఇంద్రియలోలునకు రాజ్యం పాలించడానికి సాధ్యం కాదు. క్రూరములైన ఉపాయాల్ని ప్రయోగించు మంత్రులు చేతగాని సారథి రథం నడుపుతుండగా ఎగుడు దిగుడు ప్రదేశాలలో వేగంగా పోయే గుర్రాల వలె తమ రాజుతో కూడా కార్య భంగం పొందెదరు – ఇలా అనేక విధాలుగా రావణుని ప్రయత్నాన్ని ఆపదానికి మారీచుడు అడ్డు పడతాడు. చివరకు రావణుని భయంచే జింకగా సంచరించడానికి మారీచుడు సమ్మతిస్తాడు.

జటాయువు

సీతను అపహరించి తీసికొని పోతున్నా రావణుడిని జటాయువు అడ్డుకుంటాడు. రాజుగా వుండి ఇలాంటి పనులు చేయడం ధర్మం కాదంటాడు.

రాజా ధర్మస్య కామస్య ద్రవ్యాణాంచోత్తమో నిధిః
ధర్మ శుభం వా పాపం వా రాజమూలం ప్రవర్తతే. (అణ్య – 50–9)

రాజే ధర్మం, అర్థం, కామం అనే వాటికి ప్రవర్తకుడు ఇవి రాజు వల్లే కలుగుతాయి.

కబంధుడు రామునికి చెప్పిన రాజనీతి

రాజు ఇతరులకు, సైన్యానికి అవకాశం ఇచ్చి అలసి పోకుండా పోరాడితేనే విజయం సొంతం అవుతుంది. లోకంలో సంధి – విగ్రహ – యాన– ఆసన– దైధీభావ – సమాశ్రయం అనే ఆరు ఉపాయాలున్నాయి. రాజులు ఈ ఉపాయాల ద్వారా తమ కార్యాన్ని సాధించుకోవాలి. దుర్దశనొందిన వాడు అలాంటి దురావస్థా పీడితుడైన మరొక్కనితో పొత్తు పెట్టుకోవాలి.

దశరథుడు రామునికి చెప్పిన రాజనీతి

పరోక్షంగా (చారుల ద్వారా), ప్రత్యక్షంగా (స్వయంగా) రాజ్య విషయాలను యథా తథంగా తెలుసుకుంటూ మంత్రులు మొదలైన ప్రజలందరిని సంతోష పెడుతూ రాజ్యపాలన చెయ్యాలని దశరథుడు రామునికి సూచిస్తాడు.

కుంభకర్ణుడు రావణుడితో చెప్పిన రాజనీతులు

హితుల మాట వినక పోవడం దోషహేతువు. పాపకర్మలు నరక పాతం కలిగిస్తాయి. ఏ రాజు ముందు చెయ్యాల్సిన పనుల్ని వెనుక, వెనుక చెయ్యాల్సిన వాటిని ముందు చేస్తాడో అతడు రాజనీతి తెలియని వాడు, దేశకాల విరుద్ధాలైన పనులు నాశనం అవుతాయి. ఏ రాజు మంత్రులతో బాగా ఆలోచించి, ఉత్తమ, మధ్యమ కార్యాలను లక్షణాల్ని తెలుసుకొని పురుష ద్రవ్య సంపత్తు, దేశకాల విభాగం విని పాత ప్రతీకారం, కార్యసిద్ధి, కార్యారంభోపాయం అనే ఇదు విధాలైన వాటిని తెలుసుకొని ఉంటాడో అతడు మంచి కార్య సిద్ధిని పొందుతాడు. రాజు ధర్మ కామములు సద్వినియోగం తెలుసుకొని ఉండాలి. పశువుల వంటి బుద్ధిగల వాడిని సభలో ఆలోచనకై చేకూర్చుకొన్నవారు వట్టి ప్రగల్భాలు ప్రకటిస్తుంటారు. అర్ధశాస్త్రం తెలియని వారితో ఆలోచించరాదు శత్రువుల దగ్గర లంచం తీసుకున్నవారిని గుర్తించి చంపివేయాలి – ఇలా కుంభకర్ణుడు రావణునికి రాజనీతుల గురించి వివరిస్తాడు.

రావణుడు లక్ష్మణునికి చెప్పిన రాజనీతులు.

రావణుడు కొన ఊపిరితో ఉన్నప్పుడు రాజనీతిని గురించి లక్ష్మణునికి వివరిస్తాడు.

రథసారథి, కాపలావాడు, వంటవాడు, సోదరుడితో ఎప్పుడు స్నేహంగా మెలగాలి. వారితో శత్రుత్వం పెట్టుకుంటే ఎప్పుడైనా రాజుకు హాని చేస్తారు. ఒక్కసారి ప్రాణాలు తీయడానికి వెనుకాడరు. నిన్ను విమర్శించే వారిపై నువ్వు ఎక్కువ నమ్మకం ఉంచు! పొగిడే వారిని అసలు నమ్మరాదు. ఎప్పుడూ విజయం నిన్నే వరిస్తుందని, ఎల్లప్పుడూ నువ్వే గెలుస్తావని అనుకోవద్దు. శత్రువు చిన్నవాడని తక్కువ అంచనావేయకు! ఎవరి వెనుక ఎంత బలం ఉందో ఎవరికి తెలుసు! ఇందుకు ఉదాహరణ నేనే. హనుమంతుడిని తక్కువ అంచనా వేసి, చివరికి ఇలా ప్రాణాలపైకి తెచ్చుకున్నాను. రాజులకు యుద్ధంలో గెలవాలని కోరిక ఉండాలి, కాని అత్యాశకుపోరాదు. దైవాన్ని ప్రేమించు, లేదా ద్వేషించు, కాని ఏదైనా అపారమైన దృఢ నిశ్చయంతో ఉండాలి.

రాముడు సీతతో తెల్పిన రాజనీతి

అనుకూల వ్యాపారంతో ఆరాధించి, ప్రయత్న పూర్వకంగా సేవిస్తే రాజులు ప్రసన్నులవుతారు. ఇందుకు విరుద్ధంగా ప్రవర్తిస్తే కోపిస్తారు. తనకు మేలు కల్గించని కన్న కొడుకులను కూడ వదలివేసి, హితాన్ని కల్గించే సమర్ధులైన జనాల్ని స్వీకరిస్తారు. (అయోధ్య 26-35,36) అని రాజుల మనస్తత్వాన్ని తెలియ చేస్తాడు.

రామాయణంలో జరిగిన యుద్ధాలు – వ్యూహాలు

రామాయణంలో యుద్ధాలు ఎందుకు జరిగాయి? ఎవ్వరితో జరిగాయి? ఎలా జరిగాయి? ఎలాంటి ఫలితం వచ్చింది? అనే ప్రశ్నలు ఎదురవుతాయి. రామాయణం రాయడంలో వాల్మీకి చింతన ఏమిటనేది ప్రధాన ప్రశ్న. ఇక్కడ రెండు బలమైన శక్తులు కన్పిస్తాయి. అవి క్షత్రియ, బ్రాహ్మణ శక్తులు. వీటి మధ్య నలిగిపోతున్న ఆటవికశక్తులు తృతీయ శక్తి.

క్షత్రియ వారసత్వం పొందిన విశ్వామిత్రుడు మహర్షులు చేసుకుంటున్న యజ్ఞ యాగాదులకు ఆటంకం కల్గించే శక్తుల నుండి రక్షణ కావాలని క్షత్రియుడైన దశరథుని ఆశ్రయించి, వీరులైన రామలక్ష్మణులను వెంట తీసికొని పోతాడు. ఈ యజ్ఞ యాగాల్ని ఆటంక పరిచేశక్తులు రాక్షస జాతికి చెందిన రావణుని అనుచరులు. మరి రావణుడు కూడా బ్రాహ్మణుడే కదా! ఆయన కూడా యజ్ఞ యాగాదులు చేసేవాడే కదా! మరెందుకు ఆ శక్తుల్ని ప్రోత్సహిస్తాడు? ఇది ఓ పెద్ద ప్రశ్న. చాలా మంది పండిత పరిశోధకులు ఆర్య – అనార్య తెగలకు సంబంధించిన అంశంగా గుర్తించారు.

రాముడు ఆర్యుడైతే అనార్య జాతులు రాముడితో చేతులెలా కలిపాయి? రావణునిపైకి యుద్ధానికి ఎలా వెళ్ళాయి అనే సందేహం తప్పక వస్తుంది. రావణుడు శివభక్తుడనేది జగమెరిగిన సత్యం. అంటే వైదిక మతానికి వ్యతిరేకిగా ఉన్న బలమైన దక్షణాది రాజు. బహుశా ఈ నేపథ్యం తోనే వాల్మీకి రామాయణాన్ని నిర్మించి ఉంటాడు. అంతర్లీనంగా కొనసాగిన మత సాంస్కృతిక నేపథ్యంతో రామాయణంలో యుద్ధాలు జరిగాయి అని భావించడంలో ఎలాంటి పొరపాటు ఉండదు.

రామయణంలో ప్రధానంగా మూడు యుద్ధాలు కన్పిస్తాయి. వాలి – సుగ్రీవుల మధ్య యుద్ధం విరాధ, కర దూషణాదులు రాముడితో చేసిన యద్ధం చివరగా లంకలో జరిగిన యుద్ధం.

వాలి బలానికి భయపడి సుగ్రీవాదులు అతనికి దూరంగా ఉన్నారు. రాజ్యం వాలి చేతిలో ఉంది. రాముడి ప్రోత్సాహంతో సుగ్రీవుడు వాలిపై యుద్ధం చేస్తాడు. అయితే వాలిని చంపింది మాత్రం రాముడు. అది బాణం చేత. ఇక్కడ వాలి–సుగ్రీవుల మధ్య జరిగింది ద్వంద్వ యుద్ధమే. రాముడు వాలిని చంపడంలో సుగ్రీవునితో మైత్రిని బలపరచడమే కాదు, అధర్మాన్ని అంతం చేయడం.

విరాధుడు, ఆతరువాత వచ్చిన రాక్షస వీరులు భారీ సైన్యంతో రథాలు అధిరోహించి రాముడిపైకి యుద్ధానికి వస్తే, రాముడు లక్ష్మణునితో కలిసి ఎలాంటి వాహనాలు లేకుండా యుద్ధం చేస్తాడు. అంత బలమైన రాక్షస సైన్యాన్ని ఎలా గెలవగలిగాడు. దీనిని రాముడు ఎలాంటి శక్తిని, ఉపాయాల్ని ఆచరించాడు. రాముని దగ్గరున్న బలమైన ఆయుధ సంపత్తి దెబ్బలకు రాక్షస వీరులు ఎదుర్కోలేకపోవడం కన్పిస్తుంది. ముఖ్యంగా శస్త్రాస్త్ర విద్యలలో రామలక్ష్మణులు ఆరితేరిన వారు. ధనుర్విద్య రామలక్ష్మణులకు తెలిసినంత రాక్షస సేనకు తెలియదు. ఒకరో, ఇద్దరో ధనస్సు

పట్టుకున్నదానిని ప్రయోగించే నేర్పు వాళ్ళ దగ్గర లేదు. కత్తులు, రాళ్ళు, చెట్లు మాత్రమే ఆయుధాలుగా వాడే రాక్షస సేన రాముడు ప్రయోగించే బాణాల దెబ్బలకు తట్టుకోలేక పోయింది. అందుకే చాలా మంది యుద్ధంలో చనిపోగా మరికొంతమంది పారిపోయి ప్రాణాలు కాపాడుకున్నారు.

చివరగా లంకలో జరిగిన యుద్ధం. రామాయణం యొక్క ప్రధాన లక్ష్యం రావణుడితో యుద్ధం. ధర్మస్థాపన ప్రధాన అంశం సీతాపహరణం ఓ నెపం. రావణుడి ఆదిపత్యాన్ని, అహంకారాన్ని, అక్కృత్యాలను అంతం చేయాలి కాబట్టి యుద్ధం తప్పడం లేదు.

క్షత్రియ నీతిని అనుసరించి రాయబారాలు జరిగాయి. రామ సేనకున్న బలమెంతో హనుమంతుడు చూపించాడు అయినా అర్థం చేసుకోలేక పోయాడు రావణుడు. ముందుగా రాముడు రావణుడిలో ఉన్న ధైర్యాన్ని నెమ్మదిగా తగ్గించడం చేశాడు.

దండయాత్ర అంటే రాజు వెంట మంత్రి, సామంతులు, సైన్యం, గుర్రాలు, ఏనుగులు, రథాలు మొదలైనవి తరలి రావాలి. ఇవి ఎవరికి ఎక్కువగా ఉంటే వారే గెలుపు సాధిస్తారు. ఇక్కడ రాముడికి వెంట ఉండేది లక్ష్మణుడు మాత్రమే. చేత ధరించిన ఆయుధం ధనుస్సు, వీపున అంబుల పొది. వీరిద్దరి వెంట వున్నది మాత్రం ధర్మబలం. రాముడి వ్యూహం లంకతో మొదలు కాలేదు. రావణుడి రాజ్య భూభాగమైన జనస్థానం మరియు దండకారణ్యం నుంచే మొదలైంది. స్థానికంగా ఉన్న పరాక్రమ వంతులైన రావణుని అనుచరులను సంహరిస్తూ వచ్చాడు. రావణుడి సహాయకులను ముందుగా నిర్మూలించడం రాముడి యుద్ధ వ్యూహం. అది నెరవేరింది.

ఆయన వెంట తోడై నీడగా వచ్చిన సేన సుగ్రీవసేన సుగ్రీవుని మైత్రి పొందినట్లే, విభీషణుడి మైత్రి లభిస్తుంది. రావణుడి సోదరుడు నీతిజ్ఞుడు. విభీషణుడు ధర్మస్థాపన కోసం పోరాడుతున్న శ్రీ రామ పక్షం చేరడంతో యుద్ధ వ్యూహాలు వేగంగా మారుతాయి.

త్రికూట పర్వతం పై భాగం నుండి విభీషణుడు రామలక్ష్మణులకు లంకానగరాన్ని అందులోని బలమైన, బలహీనమైన స్థానాల్ని చూపిస్తాడు. అందుకు తగినట్లు రాముడు వ్యూహం పన్నుతాడు. తమ సేనను వేర్వేరు గుంపులుగా విభజించమని రాముడు లక్ష్మణునిని ఆదేశిస్తాడు. నలుడు, అంగదునితో కలిసి యుద్ధ కేంద్రాల ఏర్పాటు చేపడతారు. విభూషణుడిని సైన్యానికి కుడివైపు ఉండేలా రాముడు నియమిస్తాడు. ఎడమ వైపు గంధమధనుడు నియమింపబడ్డాడు.

సైన్యం మధ్యలో జాంబవంతుడు, సుషేణుడు వేగదరాశి ఉండేటట్లు నియమిస్తాడు. సేన వెనుక సుగ్రీవుడు కాపలా ఉంటాడు. రామలక్ష్మణులు, హనుమంతుడు అన్నివైపులా అజేయమైన యోధులతో యుద్ధానికి పూర్తి రక్షణ వ్యూహాన్ని సృష్టిస్తూ ముందున్నారు.

రామలక్ష్మణుల ధనుర్విద్యా నైపుణ్యానికి లక్షలాది మంది రావణుని సైనికులు చనిపోతారు. చివరకు రావణుడు అంతమవుతాడు. ఇక్కడ శక్తివంతమైన అనార్యులకు సాధ్యపడని ఆయుధాలే రాముని

గెలిపించాయి. ఇక్కడ పాత ఆయుధాలపై కొత్త ఆయుధం గెలిచింది. ఇది ప్రపంచమంతా నేటికీ జరుగుతున్న పరిణామమే.

పాద సూచికలు

1. రామ – అరణ్య– 2 – 40.
2. రామ సుం. – 30–37
3. రామ సుం. – 82–6
4. రామ సుం. – 82–15
5. రామ – అరణ్య– (6–11, 14)
6. రామ – అమో – 4–45.
7. అరణ్య – (43–30,31)
8. అరణ్య – (6–14)
9. అయోధ్య (75, 25)

నాల్గవ అధ్యాయం

రామాయణం – చారిత్రక భౌగోళిక స్వరూపం

చరిత్ర అంటే ఏమిటి?

భారతీయదృష్టిలో చరిత్ర గురించి స్పష్టత లేదు. చరిత్రను ఇతిహాసం అనే పేరుతో పిలిచారు. ఇలా జరిగింది' అని చెప్పడమే ఇతిహాసం అంటే పూర్వ చరిత్ర అవుతుంది. ఇతిహాసం యొక్క ఉద్దేశ్యం ధర్మోపదేశం. ఏయుద్ధం ఎప్పుడు జరిగింది? ఏ రాజు ఎప్పుడు సింహాసనాన్ని అధిష్టించాడు? ఎప్పుడు ఏ భవంతిని నిర్మించాడు? లాంటి అంశాలను ఇతిహాసకారులు శిలా శాసనాల్లో, నాణ్యాలపైనో, గుళ్లు గోపురాలపైనో ముద్రించి ఉంటే ఈ దేశ చరిత్ర మరోవిధంగా ఉండేది. వారు కేవలం గ్రంథ రూపంలో కథాపరంగా మాత్రమే సూచించారు.

'ధర్మార్థ కామ మోక్షాణాం ఉపదేశ సమన్వితమ్'
పూర్వ వృత్తం కథా యుక్తం ఇతిహాస ప్రచక్ష్యతీ"

ఇతిహాసమంటే ధర్మార్థ కామ మోక్షాలతో ఉపదేశంతో, పూర్వవృత్తాంతాల కథలతోనూ కూడుకున్నది అని అన్నారు.

గతకాలంలోని మానవుల చర్యల అధ్యయనమే చరిత్ర. చరిత్ర వాస్తవాల మీద ఆధారపడ్డా, నిజం చెప్పాలంటే వాస్తవం కాదు. అది అంగీకార యోగ్యమైన నిర్ణయాల సముదాయం మాత్రమే అని అంటాడు ప్రొఫెసర్ బారక్లష్.[1]

మనకు సబబు అనిపించడం, అనిపించక పోవడం చరిత్రకు సంబంధం లేదు. జరిగింది యధాతథంగా మనకు తెలియ చేయడమే దాని లక్ష్యం అని అంటారు చిన్న జియ్యర్ స్వామి.

ఒక చారిత్రక వాస్తవాన్ని గుర్తించడం ఒక ఎత్తు. దాన్ని నిరూపించడం మరో ఎత్తు. కేవలం తమ వాదన గెలవాలనే తాపత్రయంతో కాకుండా వాస్తవాల్ని గుర్తించాలనే దృక్పథం చరిత్రకారుడికి ఉండాలి. దురదృష్టం ఏమిటంటే ప్రాచీన భారతీయ చరిత్ర ఏక పక్ష నిర్ణయాలతో, సంకుచిత దృష్టితో కూర్చబడింది. తమ పాలనలోని బానిస జాతికి గొప్ప చరిత్ర లేదని తేల్చడమే పనిగా పెట్టుకున్న వ్యక్తుల గుండెల్లో నుంచి రాయబడిందే ప్రాచీన భారతీయ చరిత్ర అనేది నూటికి నూరుపాళ్ళు వాస్తవం.

దేశం నలుమూలల నుండి చరిత్రను వెలికి తీయలేదు. అస్సాంను ఆరువందల సంవత్సరాలు పాలించిన 'అహోం' రాజులు మొఘలులను జయించారనే వాస్తవాన్ని ఇతర ప్రాంతాలవారికి తెలియకుండా జాగ్రత్త పడ్డారు. చంచలమైన సాక్ష్యాలతో గొప్ప కథల్ని నిర్మించే ప్రయత్నం చేశారు. ఇది కేవలం ఊహవాదాల్నే చారిత్రక అంశాలుగా నిరూపించే ప్రయత్నం చేశారు.ప్రసిద్ధ చారిత్రక వేత్త రామిల్లా థాపర్ ఋగ్వేదాన్ని ఆదిమ ఆనిమిజంగా వర్ణిస్తారు.

మానవ గతాన్ని రాత, దృశ్య, సంభాషణ మూలల నుండి విశ్లేషించి అధ్యయనం చేయడమే చరిత్ర. ఇలా చేయడం వల్ల సామాజిక మార్పులు, అభివృద్ధి పరిణామం, గతం భవిష్యత్తును తీర్చిదిద్దిన విధానం, మన సమకాలీన సామాజిక ఆవిర్భావం అర్థం చేసుకోవడానికి ఉపయోగపడుతుంది.

చారిత్రక పితామహుడుగా పిలవబడే హెరోడోటస్ ఆఫ్ హలికర్నాసస్ (484–425 BCE) చే తొలి విమర్శనాత్మక చారిత్రక రచన చేయబడింది. ఆయన చారిత్రక సంఘటనల నిర్ణయంలో దైవత్వాన్ని నొక్కి చెప్పాడు.[2]

చరిత్రకారుడి యొక్క నైపుణ్యం గురించి మాట్లాడుతూ, చరిత్రకారుడు నైరూప్య మానవుని గురించి ఆలోచించడు. అతని ఆలోచనలు కాల వాతావరణం యొక్క గాలిని స్వేచ్ఛగా పీల్చుకుంటాయి.[3]

చరిత్ర, శాస్త్రాల మాదిరిగానే, నిరంతరం క్రొంగొత్త ఆవిష్కరణలు, పద్ధతులు మరియు ముగింపులను అందించే డైనమిక్, మారుతున్న కాలాన్ని అనుసరించి కొత్త పరిశోధనలు, అదనపు ఆధారాలు, సాక్ష్యం యొక్కకొత్త వివరణలు మరియు మారుతున్న సాంస్కృతిక విలువల ఆధారంగా చారిత్రక వాదన మార్పులు పొందుతుంది. "చరిత్ర ఇతర శాస్త్రాల కంటే స్థిరమైన క్షేత్రం కాదు నిజానికి, శాస్త్రాలు మార్పు మరియు పరిణామ ప్రక్రియలకు సంబంధించిన, శాస్త్రవేత్తలు వారి ఆలోచనలో మరింత చారిత్రాత్మకంగా మార వలసి వచ్చింది" అని అంటారు కార్.[4]

"చరిత్ర అంటే మహాపురుషుల జీవిత చరిత్ర" అని స్కాటిష్ చరిత్రకారుడు థామస్ కార్లేల్ చేసిన వాదంతో మనం ఏకీభవిస్తే, రాముడు లేదా రామాయణం లేని ప్రాచీన భారతీయ చరిత్ర అసంపూర్ణంగా ఉంటుంది. పార్గీటర్ వంటి విదేశీ పండితుడు రాముడి బహిష్కరణ, సిలోన్ పై దాడి చేసిన కథలో చారిత్రక సత్యం ఉందంటాడు.

వాల్మీకి రామాయణం పూర్వయుగానికిద్ది ప్రాతినిధ్యం వహిస్తున్న ఒక పురాణానికి ఊహాత్మక చికిత్స అని DCS సర్కార్ వంటి భారతీయ పండితుడు అంటాడు. ఇది భారతీయ చారిత్రక మూలాలపై జరిగిన దాడిగా భావించవచ్చు.

భారతదేశంలో లక్షలాది మంది రాముడిని విశ్వసిస్తుంటే, రాముడు మిథ్య, రామాయణం కల్పన అని వాదించే వర్గం, మానవ గర్భం లేకుండా బిడ్డ పుట్టిందని చెప్పే వాదాన్ని సంతోషంగా

ఆమోదిస్తారు. ప్రపంచంలో ఏ పురాణ పురుషుడికి లేని జనన, మరణ ధృవీకరణ పత్రాన్ని రాముడి కుందా? అని ఎగతాళి చేస్తున్నారు.

వాల్మీకి రామాయణం ఎన్నో చారిత్రక అంశాల్ని పేర్కొన్నప్పటికీ ఈ ఊహవాద చరిత్ర కారులు దాన్ని కాల్పనిక కథగానే కొట్టివేస్తున్నారు. రామ కథ వాస్తవం కాకుంటే అన్ని మతాలలోని, అన్ని ప్రాంతాలలోకి, అన్ని భాషలలోకిఅది ప్రవేశించేది కాదు. వివిధ దేశాలలో అది ప్రభావాన్ని చూపేది కాదు. వాల్మీకి రామాయణంతోనే రామకథ ప్రసిద్ధం కాలేదు. రాముని కాలం నుండి ప్రజలలో అనుశ్రుతంగా వస్తున్న రామ కథా ప్రవాహం అది. ఆ మౌఖిక ప్రవాహాన్ని అక్షర బద్ధం చేశాడు వాల్మీకి. అందుకే అది భారతీయ ఇతిహాసమైంది. ఆ తరువాత చాలా రామాయణాలు వచ్చినా అవన్నీ ఇతిహాసాలుగా మారలేదు.

మౌఖికవాఙ్మయంలో రామకథ అంతా ఒక్కచోట కన్పించదు. భారతీయ జాతులలో ఎవరికిష్టమైన అంశాన్ని వారు ఉపయోగించుకున్నారు. వారి సనాతన సాంప్రదాయాలు, అభీష్టాల మేరకు ఈ రామ కథను మలచుకున్నారు. చాలా గిరిజన తెగలు రావణుడిని తమనాయకుడిగా భావించి ఆయన కథలు మాత్రమే చెప్పుకున్నారు. ఇలా రామాయణం ఆనాటి సమాజంలో ఖండికలుగా ఉండేది. అలాంటి ఖండికల్ని ఒకచోట చేర్చిన ఘనత వాల్మీకిది. రామాయణం వాస్తవం కాదని వాదించే వర్గం ఎత్తిచూపుతున్న సందేహాలు ఇవి.

1. రాముడు చారిత్రకమైన వ్యక్తి అని చెప్పడానికి ఆధారాలు లేవు.

2. మానవ నాగరికత 20 వేల సంవత్సరాల క్రితమే ప్రారంభమైంది. మరి రాముడు లక్షల సంవత్సరాలకు ముందు వాడని, ఆనాటి రాజ్యవ్యవస్థ ఏర్పడం హాస్యాస్పదం.

3. రామాయణంలో వర్ణితమైన నిర్మాణాలు వాస్తవానికి క్రీ.పూ. 1వ శతాబ్దం నుండి క్రీ.శ. 1వ శతాబ్దానికి చెందినవి.

4. వాల్మీకి రామాయణం తులసిదాస్, కబీర్ రామాయణాలతోనే ప్రచారంలోకి వచ్చింది. వీరి మధురమైన పాటల ద్వారానే ప్రజల హృదయాలలో స్థానం పొందింది.

5. ఇతిహాసాల్ని నిరూపించే ఆధారాలు లేవు.

6. రామాయణం ఇనుప యుగానికి చెందిన గ్రంథం. ఇందులో ఇనుము వాడకం, మహాజనపదాలు, ఇనుప యుగాల రాజ్యాల ప్రస్తావనలు ఉన్నాయి. భారతదేశంలో ఇనుప యుగం క్రీ.పూ 1500 లో ప్రారంభమైంది. హరప్పనలకు ఇనుము గురించి తెలియదు.

7. భూగర్భ సర్వేలు, కార్బన్ డేట్స్ కూడా సరిపోలేదు.

ఒక్క రామాయణంపై ఇన్ని ధర్మ సందేహాలు ఎందుకు ఉద్భవించాయి. ఇది చారిత్రక అంశం కాదు అని చెప్పడానికి ఎందుకింత విషవృక్షాల్ని నాటుతున్నారు. మరి ఇప్పుడున్న భూగోళాన్ని ఇంత స్పష్టంగా వర్ణించిన ఇతిహాసాల్ని, పురాణాల్ని ఎలా కొట్టి వేస్తారు.చరిత్ర ఎప్పుడు విజేతలే వ్రాస్తారు. భారతీయ ప్రాచీన చరిత్ర స్పష్టంగా నమోదు చేయబడలేదు. ఏ పురాణ కథా రూపంలోనో, బుర్ర కథల రూపంలోనో ప్రచారం పొందాయి. వీటికి ప్రామాణికం లేదు.అంటే చరిత్రకారులు వ్రాసిన వాటినీ అంతే అనుమానించాల్సిందే! వీరు మాత్రం ఎలాంటి ఆధారాలు లేవని అవి ఫిక్షన్ చరిత్ర అనేస్తే దానికి రాజ ముద్ర వేస్తే అవి నిజం కాదు. లిఖితం కాలేదని అనుకుంటున్న చరిత్రను, చరిత్రకారులు కాకుండా శాస్త్రవేత్త నిరూపించే వాస్తవాలే చరిత్ర అని విశ్వసించాలి.

ప్రాచీన ప్రపంచ భౌగోళిక వర్గీకరణ

భారతీయ పురాణాలు భూమి ఏడు కేంద్రీకృత వృత్తాలు లేదా మహాసముద్రాలచే చేయబడిన ద్వీపాలుగా పేర్కొంది. అందుకే 'సప్తద్వీపా వసుంధర' అని పిలవబడుతుంది. మానవులు, జంతువులు భూమిపై నడవడం ఒక బంతిపై, చీమలు పాకడం లాంటిదని యోగ వాసిష్టం (క్రీ.పూ. 500 సం) పేర్కొంది. సూర్యుడు నిశ్చలుడు. అస్తమించడం ఉదయించడం ఉండదని ఋగ్వేదం చెబుతుంది. ఒక ప్రాంతంలో మధ్యాహ్నాన్ని, వ్యతిరేక ప్రాంతంలో అర్ధరాత్రి అవుతుందని శ్రీమద్ భాగవతం వివరిస్తుంది.ఇవన్నీ భూమి గోళాకారంలో ఉంటుందని ప్రాచీన గ్రంథాలు చెప్పకనే చెబుతున్నాయి.

ఆర్యభట్టు (క్రీ.పూ.2742) ఇలా అంటాడు. ఒక వ్యక్తి నదిలో పడవలో కూర్చున్నప్పుడు కదలని వస్తువులు (చెట్లు మొదలైనవి) వ్యతిరేకదిశలో వెళ్తున్నట్లు అతనికి కనిపిస్తుంది. అదే విధంగా భూమి తూర్పు దిశకు కదులుతుంది. ఇది ఖగోళం అనే అభిప్రాయాన్ని సృష్టిస్తుంది. వస్తువులు పడమటి దిశకు కదులుతున్నాయి. ఆర్యభట్టు రాసిన సిద్ధాంతాలను పాశ్చాత్య చరిత్రకారులు భారతీయుల విజ్ఞానం గురించి జీర్ణించుకోలేకపోయారు.

భూమి దీర్ఘవృత్తాకారంలో ఉందనే విషయం ఋగ్వేదం ద్వారా తెలుస్తుంది. (ఋగే–1.33,81)

సవితం యంత్రం ప్రథివం రామనాద్ అస్కంభనే సవితం

ధ్యాం అధర్మవత్ ఆశ్యం ఇవ అధుక్సద్ ఘనిం

అంతరిక్షం అతర్తేబద్ధం సవితం సముద్రం(ఋగ్వేదం–10–149)

సూర్యుడు భూమిని మరియు ఇతర గ్రహాలను ఆకర్షణ ద్వారా కట్టివేసాడు మరియు ఒక శిక్షకుడు కొత్తగా శిక్షణ పొందిన గుర్రాలను వాటి పగ్గాలు పట్టుకొని తనచుట్టూతిప్పినట్లుగావాటిని తనచుట్టూతిప్పుకుంటాడు.

గురుత్వాకర్షణ, ఆకర్షణ – ప్రకాశం మరియు చలనం వంటి లక్షణాలు కలిగి ఉన్న సూర్యుడి యొక్క శక్తివంతమైన కిరణాలను ప్రసరింపజేయడం ద్వారా విశ్వాన్ని క్రమంలో ఉంచమని ఇంద్రుని ప్రార్థించడం ఋగ్వేదం లో (8–12–28, 1.6.5) కనిపిస్తుంది.

ఇలాంటి భూమి సప్త ద్వీపాలతో విభజించబడినట్లు పురాణాలు తెలుపుతున్నాయి. బ్రహ్మండ పురాణం, మహాభారతం ద్వీపాల గురించి వివరంగా పేర్కొంది. బ్రహ్మండ పురాణం సనాతన ధార్మికగ్రంథం . అష్టాదశ పురాణాలలో 18వ పురాణంగా దీన్నిపేర్కొంటారు. ఇందులోఆధ్యాత్మికరామాయణం అంతర్గతంగా కనిపిస్తుంది. బ్రహ్మ తెలిపిన విశ్వతత్వం గురించి (బ్రహ్మండం) ఇందులో ఉన్నందున దీనికి బ్రహ్మండ పురాణమని పేరు.

వాయు దేవుడు తనకు చెప్పిన విషయాలను ఋషులకుచెబుతున్నానని సూతమహర్షి ఈ పురాణాన్ని చెబుతాడు.

ప్రాచీన భారతదేశ చరిత్రకు ఉపయుక్తంగా వున్న విషయాలెన్నో పురాణ సాహిత్యం ద్వారా తెలుస్తాయి.ప్రపంచంలోని భూభాగాల్ని జల భాగాల్ని మన గురించి సూతుడు వివరిస్తారు. స్వాయంభువ మనువు కొడుకు ప్రియవ్రతుడు. ఇతనికి మొదటి భార్య వల్ల ఉత్తమ, తామసరైవతులనే వారు జన్మించారు. రెండవ భార్యకు బర్హిష్మతిని అగ్నీధ్ర ఇద్మజువ్హా, యజ్ఞబాహు, మహావీర, హిరణ్యరేతస, గృహపుష్ప, సవన, మేధాతిథి, వీత హోత్ర కలి, ఊర్జసతీఅనేవారు జన్మించారు. మహావీర, సవన, కలి అనే వాళ్లుసన్యాసాశ్రమాన్నిస్వీకరించారు. స్వాయంభువ మనువు తన మనుమలను ఏడుగురిని ఏడు ద్వీపాలకు చక్రవర్తులుగా చేశాడు. వీరు తమసంతానాలకు ఆయాద్వీపాలను పంపకం చేయడంతో అనేకరాజ్యాలు ఏర్పడ్డాయి. అలా ముందుగా వివిధ ద్వీపాలకు చక్రవర్తులుగా నియామకం పొందిన మనువు మనుములు –

1. జంబూద్వీపం – అగ్నీంద్రుడు

2. ప్లక్షద్వీపం – మేధాతిథి

3. శాల్మలీ ద్వీపం – వపుష్మంతుడు

4. కోశద్వీపం – జ్యోతిష్మంతుడు

5. క్రౌంచద్వీపం – ద్యుతి మందుడు

6. శాకద్వీపం – హవ్యుడు

7. పుష్కరద్వీపం – సేవనుడు.

జంబూ ద్వీపే, భరతవర్షే, భరతఖండే.... అంటే ఏమిటి?

పూర్వం ఈ దేశాన్ని అజనాభ – వర్ష అని పిలిచే వారు. కానీ భరత మహారాజు పాలన నుండి ఇది భారత –వర్షగా పిలువబడుతోంది. భాగవతంలో ప్రస్తావించబడిన భరతుడు జైన మత స్థాపకుడు రిషభ కుమారుడు – విశ్వామిత్ర, మేనకల కుమర్తె శకుంతల – దుష్యంతుల పుత్రుడు మరో భరతుడు. ఇతని పేరు తో కూడా ఇది భారత–వర్ష అని పిలువబడుతోంది అని విశ్వసిస్తున్నాం. రామాయణం బాలకాండ విశ్వామిత్ర మేనకల గురించి వర్ణిస్తుంది.

భారత దేశానికి మొత్తం నాలుగు పేర్లు వ్యవహారంలో ఉన్నట్లు తెలుస్తుంది.

జంబూ ద్వీపం

వేదసాహిత్యంలో భారత దేశానికి ఇవ్వబడిన పేరు జంబూ ద్వీపం.ఇప్పటికీ హిందూ మత ప్రార్ధనలలో ఈ పేరు ఉపయోగిస్తారు (జంబూ ద్వీపే, శ్రీశైల ఉత్తరభాగే, కృష్ణా గోదావరి మధ్య స్థానే..) జంబూ అంటే నేరేడు పండు లేదా గిన్నెకాయ. నేరేడు పండ్లు ఎక్కువగా పండుతాయి కాబట్టి జంబూ ద్వీపం అని పిలిచారు.

భారత వర్షం

భరతుడనే మహారాజు పాలించడం వల్ల భారతవర్షం అని పిలవబడింది.

హిందూ దేశం

ఇది సింధూ నది పేరుతో వచ్చింది. పూర్వపు పర్షియన్లు, గ్రీకులు సింధూనదికి ఆవల ఉన్న దేశం కాబట్టి ఆ పేరుతో పిలిచారు. అవెస్తన్ నుండి హిందూస్ అనే నదిని సూచిస్తుంది.

ఇండియా

హిందూ దేశం అనే పేరు యొక్క రూపాంతరమే ఇండియా. ఈ ఆంగ్ల పదం లాటిన్ నుండి వచ్చింది. హెరొడోటస్ ఇండియన్ ల్యాండ్ అని అన్నాడు.

ఇవే కాకుండా పూర్వం ఆర్యదేశమని కూడాపిలిచారు . హిందుస్థాన్ అనేది కూడా హిందూదేశం యొక్క రూపాంతరమే.

ఉత్తరం యత్ సముద్రస్య హిమద్రేస్కయవ దక్షిణమ్॥

వర్షమ్ తద్ భారతమ్ నామ భారతి యత్ర సంతతిః॥

సముద్రానికి ఉత్తరాన ఉన్న హిమంతో కూడిన పర్వతాలకు దక్షిణాన ఉన్న భూమిని భారతవర్షం అంటారు. ఇక్కడ భారత సంతతి నివశిస్తుందని – విష్ణు పురాణం (2-3-1) చెబుతోంది.

విశ్వామిత్రుడు వెంట రామలక్ష్మణుల ప్రయాణం

అయోధ్య నుండి ఒకటిన్నర యోజనం వెళ్లి సరయునదీ తీరంలో విశ్వామిత్రుడి మాటలతో రామలక్ష్మణులు, ఆ నదీ నీటితో యాచనం చేశారు. ఆకలి దప్పికలు, అలసట కల్గించని, ఏ స్థితిలోఉన్నా శత్రువుల్ని ఎదురించగల బల అతిబల అనే మంత్రాల్ని విశ్వామిత్రుడు వారికి ఉపదేశించాడు. ఆ రాత్రి అక్కడే నిద్రించారు. గడ్డిపై పడుకున్న వారికి సంపూర్ణంగా నిద్ర పట్టింది. మరుసటి రోజు గడ్డిపై నిద్రిస్తున్న రామలక్ష్మణులను చూస్తూ, విశ్వామిత్రుడు మేల్కొలుపు గీతాన్ని ఆలపించాడు. ఇదినేటికీ ప్రసిద్ధమైన గీతం.

కౌసల్యా సుప్రజా రామ పూర్వా సంధ్యా ప్రవర్తతే

ఉత్తిష్ఠ నరశార్దూల కర్తవ్యం దైవ మాహ్నికమ్ (బాల–23–2)

(కౌసల్యకు సత్సంతాన మైన వాడా! నరశ్రేష్ఠుడైన రామా! తూర్పున తెల్లవారుతోంది. పగటికి సంబంధించిన దేవతారాధన ఆచరించాలి. నీవింక నిదురలెమ్ము)

అంగదేశం

ఆ ప్రదేశం నుండి వారు మంగళకరమైన గంగా– సరయు నదీ సంగమ ప్రదేశంలో మూడు పాయలుగా పోయే దివ్యమైన గంగానదినిచూసారు. (బాల–23–5)

తేజ సంపన్నులైన మహర్షుల యొక్క ఆశ్రమ ప్రదేశాల్ని చూశారు. శివుడికి ఆటంకం కల్గించిన మన్మథుడి శరీరం, శివ కోపానికి తగలబడింది. అప్పటి నుండి ఈ ప్రదేశం అంగదేశమని పిలువబడుతోంది.

మానస సరోవరం

మరుసటి దినం అక్కడి నుండి నావలపై గంగానదిని దాటసాగారు. నదీమధ్యంలో పెద్ద శబ్దాలు రావడం చూసి, విశ్వామిత్రుణ్ణి అవి ఏమిటని రాముడు అడిగాడు.

దానికి విశ్వామిత్రుడు "ఓరామ కుబేరుని నివాసమైన కైలాస పర్వతంలో బ్రహ్మ తన మనః సంకల్పంచే సృష్టించిన సరస్సు ఉంది. దీన్నే మానస సరోవరం అంటారు.

ఆ సరస్సు నుండి పుట్టి ఆయోధ్యను వ్యాపించి ప్రవహించేనది పేరే సరయూనది. సరస్సునుండి ప్రవహించింది కాబట్టి ఇది సరయునది అయింది. ఆ సరయూనది గంగలో ప్రవేశించేటప్పుడు వచ్చిన శబ్దమే అది అని అంటాడు.

తాటకవనం

అక్కడి నుండి భాగీరథి నదికి దక్షిణ తీరంగానడచి భయంకరమైన అడవి ప్రాంతానికి చేరిరి. ఒకప్పుడు ఆప్రాంతం మలదము, కరూశమనే రెండు గొప్ప దేశాలుండేవి. మారీచుడు ఆప్రాంతాన్ని నాశనం చేశాడు. ఆప్రాంతాన్ని మారీచుడి తల్లి అయిన తాటక పేరుతో తాటకవనంగా పిలుస్తున్నారు. ఈ వనంలోనే రామలక్ష్మణులు విశ్వామిత్రుని కోరికపై తాటకను చంపివేశారు.

మిథిలానగరం

అక్కడి నుంచి జనకమహారాజు పరిపాలిస్తున్న మిథిలానగరం చేరుకుంటారు. అక్కడే జనకుని కొలువులో శివధనుస్సు విరిచి సీతను వరిస్తాడు.మిథిల నుంచి అయోధ్యకు గుర్రాలపై వెళ్తే మూడు రోజులు పడుతుంది (బాల–68–1), అయితే దశరథునికి నాల్గు రోజులు పట్టింది. (రథంపై – (బాల–69–7)

నేటి నేపాల్ లోని జనక్ పూర్, బీహార్ లోని మధు బని జిల్లాలో ఉన్న బలిరాజ్ గఢ్, ఈ ప్రాంతంలోనే ఉన్న సీతామర్ఢి ప్రాచీన మిథిలా ప్రదేశమని వివిధ వాదోపవాదాలు జరిగాయి. అయితే బలిరాజ్ గఢ్ లో కొన్ని పురావస్తు ఆధారాలు లభించాయి కాబట్టి బలిరాజ్ గఢ్ పురాతన మిథిలా నగర మని భావించే వారి సంఖ్య ఎక్కువగా ఉంది.

అయోధ్య నుండి లంక వరకు రాముడి ప్రయాణం

దశరథుని భార్య కైకేయ కోరిక మేరకు రాముడు సీతా,లక్ష్మణులతో కలసి వనవాసం బయలు దేరాడు. ఉత్తరాన అయోధ్య నుండి ప్రారంభమై దక్షిణాన లంక వరకు సాగిన శ్రీ రాముని 14 సంవత్సరాల వనవాసం గురించి, రాముడి ప్రయాణం గురించి తెలుసు కుందాం.

అయోధ్య

అయోధ్య సరయూ (ప్రస్తుత ఘాగ్రా) నదికి దక్షిణ ఒడ్డున ఉంది. ఇక్కడి నుండి దాదాపు 20.కి.మీ. దూరంలో ఉన్న తాంసా నది ఒడ్డుకు దశరథుని ప్రధాన మంత్రి సుమంత్రుడు వారిని రథంలో తీసుకెళ్లారు.

ఇక్కడ పూర్వ చాకియా అనే ప్రదేశం ఉంది. ఇక్కడి వరకు అయోధ్య ప్రజలు రాముడిని అనుసరించారు.

అయోధ్య రాముడి జన్మస్థలం. ఇది ప్రస్తుతం లక్నో – వారణాసి రైల్వేమార్గంలో ఉంది. అయోధ్యను సాకేత పురమని పిలిచేవారు. ఇది భారత దేశంలోని అతి పురాతన నగరాలలో ఒకటి. మనువు ఈ నగరాన్ని నిర్మించాడు. మరికొన్ని ఆధారాల బట్టి ఈ నగరం సూర్యవంశ రాజైన ఆయుధ్

ద్వారా నిర్మితమైందని తెలుస్తోంది.సూర్యవంశ రాజులు పాలించిన కోసల దేశానికి అయోధ్య రాజధాని. భారతదేశంలోని ఏడు మోక్ష పురాలలో అయోధ్య ఒకటని పురాణాలు పేర్కొన్నాయి.

ఆయుధ్ (అపరాజితుడు) నిర్మించాడు కాబట్టి అయోధ్య అని పిలవబడింది.

శృంగభేరి పురం

ఇది గంగానది తీరంలో ఉండేది.నిషాధ రాజైన గుహుడి రాజ్య పరిధిలోకి వస్తుంది. సీతా రామలక్ష్మణులు శృంగభేరి పురంలో ఉన్నారని తెలుసుకొని గుహుడు అక్కడకు వెళ్లి వారికి సకల మర్యాదలు చేసి, రాముడి ఆదేశంతో ఒక నావను సిద్ధం చేసి, రాముడి కోరిక మేరకు మర్రిపాలు తెప్పించి వారి వెంట్రుకలకు పూసి జటలుగా మారుస్తాడు. వారందరిని నావ లో ఎక్కించి గంగానదిని దాటిస్తాడు.

శృంగభేరి పురంలో జరిగిన త్రవ్వకాలలో శృంగి ఋషి ఆలయాన్ని కనుగొన్నారు. ఈ ఋషి పేరు మీదుగానే దీనికి శృంగభేరిపురం అనే పేరు వచ్చినట్లు భావిస్తారు.

నంది‌గ్రామ్

రాముడు వనవాస సమయంలో భరతుడు నివసించిన ప్రదేశం ఫైజాబాదుకు దక్షిణాన 12కి. మీ. నుండి. 14కి. మీ. దూరంలో ఉన్న నందగావ్ గా గుర్తించారు.

వారణాసి

వేద సాహిత్యంలో కాశీగా పేర్కొనబడింది. ఈశాన్యంలో వారణానది, నైరుతిలో అస్తి మధ్య ఉన్న ప్రదేశం కారణంగా ఇది వారణాసి అయింది. ప్రాచీన కాలంలో ఇది ఒక ముఖ్యమైన వాణిజ్య కేంద్రం.

కౌశాంబి

యమునా నది ఒడ్డున ప్రయాగ్ రాజుకు నైరుతి దిశలో 56కిలోమీటర్లదూరంలో ఉంది. వత్సరాజ్యానికి రాజధానిగా ఉండేది. కుసుని కుమారుడు, పురూరవుల పదవ వారసుడు రాజా కుశాంబ స్థాపించడం వల్ల అతని పేరు మీదుగా కౌశాంబి అని పిలవబడినట్లు రామాయణం చెబుతుంది.

దండకారణ్యం

వింధ్య పర్వతానికి దక్షిణంగా వున్న విస్తారమైన అడవి పేరు దండకారణ్యం. ప్రస్తుతం ఇది తూర్పు కనుమలకు పడమరగా మధ్యప్రదేశ్, ఒడిషా, ఆంధ్రప్రదేశ్ రాష్ట్రాలలో విస్తరించి ఉంది. పూర్వం ఇది దండుడి రాజ్యం. ఈ ప్రాంతంలో దండుడు 'మధుమంతం' అనే పట్టణాన్ని నిర్మించుకొని పరిపాలిస్తుండేవాడు. అసుర గురువైన శుక్రాచార్యునికి శిష్యుడిగా ఉన్నాడు. ఒకరోజు

శుక్రాచార్యుని కూతురైన 'అరజ' ను చూసి మోహించి ఆమెను బలాత్కారంగా అనుభవించి వెళ్లి పోతాడు.శుక్రుడికి ఈ విషయం తెలిసి కోపంతో ఆ దండుడు సపరివారంగా నేలపాలగునట్లు, వాడి పట్టణం మధ్యమంతం చుట్టుముట్టి వాన కురిసి, ఆ ప్రాంతం నిర్జన ప్రాంతంగా మారునట్లు శాపం ఇస్తాడు. అప్పటి నుండి ఆ పట్టణం నాశనం అవుతుంది. దండుడి పేరుతో ఈ అడవి దండకారణ్యంగా పిలవబడుతుంది. ఈ దండుడు ఇక్ష్వాకు వంశస్థుడు. రామునికి పూర్వీకుడు ప్రస్తుతం ఈ ప్రాంతం ఛత్తీస్‌గఢ్ రాష్ట్రంలోని బస్తర్ జిల్లాలో ఉంది.

అత్రి మహర్షి ఆశ్రమం నుండి బయలు దేరిన సీతారామలక్ష్మణులు ఈ దండకారణ్యంలోనికి ప్రవేశించారు. ఈ అరణ్యంలోనే రాముడు విరాధుని సంహరించాడు. అక్కడే ఉన్న శరభంగ మహర్షి ఆశ్రమాన్ని దర్శించాడు. అతని సూచనతో సుతీక్ష్ణ మహర్షి ఆశ్రమానికి వెళతాడు.

ప్రయాగ

ప్రయాగ లేదా త్రివేణి అనేది సరస్వతి, గంగా మరియు యమునా అనే మూడు నదుల సంగమం. గంగానది దాటిన తరువాత సీతా రామ లక్ష్మణులు ప్రయాగలోని భరద్వాజ మహర్షి ఆశ్రమం చేరుకుంటారు. అక్కడ కొంత కాలం ఉండి భరద్వాజ ముని సూచన మేరకు 30 మైళ్ళ దూరంలో ఉన్న చిత్రకూటానికి బయలు దేరుతారు. యమునానదిని దాటి, తీరం వెంట రెండు రోజులు నడుచుకుంటూ చిత్రకూటం చేరుకుంటారు. ప్రస్తుతం ప్రయాగను ప్రయాగ్ రాజ్ నగరం అని పిలుస్తారు. ఇది ఉత్తరప్రదేశ్ లో ఉంది.

చిత్ర కూట్

చిత్రకూట్ అంటే అందమైన పర్వతం అని అర్థం. సీత రామలక్ష్మణులు తమ ప్రయాణంలో ఇక్కడే ఎక్కువ కాలం గడిపారు. భరతుడు శ్రీరాముని ఒప్పించి, తిరిగి అయోధ్యకు వచ్చి, సింహాసనం అధిష్టించాలని ప్రార్థించడానికి వచ్చిన ప్రదేశం ఇది. రాముడు భరతుని కోరికను నిరాకరించడంతో రాముడు అయోధ్యకు వచ్చేవరకు రాముని పాదుకలు సింహాసనంపై ఉంచి పరిపాలించడానికి అనుమతి పొందిన ప్రాంతం ఇది.ఈ చిత్రకూట్ నగరం ఉత్తరప్రదేశ్, మధ్యప్రదేశ్ సరిహద్దులకు సమీపంలో ఉంది. ప్రయగ్ రాజ్ నుండి 132 కి.మీ. దూరంలో ఉంది.పంచవటి ప్రాంతంలో ఆశ్రమం నిర్మించుకొని వనవాసం పూర్తి అయ్యే వరకు మీరంతా సుఖంగా ఉండమని అగస్త్యుడు శ్రీ రామునితో అంటాడు.

నహిరయ్యోవనోద్దేశోమైథిలీ తత్ర రంస్యతే
నదేశ శ్లాఘనీయశ్చ నాతి దూరేచ రాఘవః
గోదావర్యా స్సమీపే చ మైథిలీ తత్ర రంస్యతే(అర్య–13–19)

పంచవటి ప్రాంతం సుందరం, శ్లాఘనీయం ఇక్కడికి దగ్గరగానే గోదావరితీరం ఉంది. కాబట్టి సీత అక్కడ ఆనందం తో క్రీడిస్తుంది.

సుతీక్ష్ణ మహాముని ఆశ్రమంలో ఉంది, అక్కడి నుండి దక్షిణ దిశలో నాలుగామడల దూరంలో ఉన్న అగస్త్యుని తమ్ముడైన సుదర్శనుని ఆశ్రమం చేరారు. అక్కడి నుండి వెళ్ళి అగస్త్యుని ఆశ్రమాన్ని దర్శించారు.

దక్షిణ దిశలో అగస్త్యుడు ఉండడం వల్ల దక్షిణ దిక్కుకు అగస్త్య దిక్కు అని ప్రసిద్ధమైంది. (అరణ్య–11–84)

అగస్త్యుని సూచనమేరకు అక్కడి నుండి రెండు యోజనాల దూరంలో ఉన్న ప్రశాంతమైన పంచవటి ప్రాంతానికి సీతా రామ లక్ష్మణులు బయలుదేరారు. మార్గ మధ్యంలో జటాయువు అనే పక్షి రాజును కలిశారు.

పంచవటి

ఇది దండకారణ్యంలోని ఓ ప్రాంతం. ప్రస్తుతం మహారాష్ట్రలోని నాసిక్ నుండి 4.2 కి.మీ దూరంలో ఉంది అని కొందరు పండితుల వాదన. కాని ఇది ఖమ్మం జిల్లాలోని భద్రాచలానికి ఉత్తర దిశలో 22 మైళ్ల దూరంలో గోదావరి నది తీరంలో పర్ణశాల అనే గ్రామ పరిసర ప్రాంతం అని వినాయక వైద్య మొదలైన పండితులు అభిప్రాయపడ్డారు. రాముడు దండకారణ్యంలో ప్రయాణించిన దిశలననుసరించి పర్ణశాలనే పంచవటి అని శ్రీ సురవరం ప్రతాప రెడ్డి గారు అభిప్రాయపడ్డారు'.

భవ భూతి రచించిన ఉత్తర రామాయణ నాటకంలో శ్రీరామునికి – శంబూకునికి జరిగిన సంభాషణ ద్వారా పంచవటి భద్రాచలం దగ్గర ఉండే పర్ణశాల ప్రాంతమని తెలుస్తుంది.

ఈ పంచవటి లోనే శూర్పణఖ భంగపడడం, ఖరదూషణాదుల మరణాలు అనే సంఘటనలు జరగడం, రావణుడితో యుద్ధానికి ఓనేపధ్యం ఏర్పడడం జరుగుతుంది.

మారీచుడు బంగారు జింకగా సంచరిస్తూ రాముడిని పంచవటి నుండి దూరంగా తీసుకుపోతాడు. హా లక్ష్మణా! అని చావు అరుపు అరుస్తాడు. అది విన్న సీతాదేవి రామునికి ఏదో ప్రమాదం జరిగిందని భావించి లక్ష్మణుని అక్కడకు పంపుతుంది. అదే సమయంలో రావణుడు మాయా వేషం ధరించి సీతను అపహరిస్తాడు. ఇలాంటి సంఘటనల వల్ల పంచవటి రామాయణానికి కీలకమైన ప్రాంతంగా మారింది.

కిష్కింధ

రావణుడు సీతను అపహరించిన తరువాత రామలక్ష్మణులు ఆమెను వెతుకుతూ అడవుల్లో తిరుగుతుంటారు. వారి మార్గమధ్యమంలో కబంధుడిని కలుస్తారు. ఆయన సూచన మేరకు ఋష్యమూక పర్వతంపై ఉండే వానర జాతికి చెందిన సుగ్రీవుడు సీతాన్వేషణలో సహాయం చేయగలడని అక్కడికి వెళ్లమని సలహా ఇస్తాడు. కబంధుడు చెప్పిన మార్గం గుండా రామలక్ష్మణులు కిష్కింధలో ఉన్న ఋష్యమూక పర్వతం చేరుకుంటారు. నేటి తుంగభద్రానది ఆనాటి పంపానదిగా వర్ణించబడింది. ఇది ప్రస్తుత కర్ణాటక రాష్ట్రంలోని హంపి ప్రాంతం. ఇక్కడి విద్యానగరం లేదా విజయ నగరమనే దాన్ని మధ్యయుగంలో నిర్మించారు.

ఇక్కడ ఋష్యమూక పర్వతం, మాల్యవంతం అంజనాద్రి మొదలైన పర్వతాలు ఉన్నాయి.

సుగ్రీవుడి సోదరుడు వాలి ఈ కిష్కింధ రాజ్యానికి రాజు. రాముడు వాలిని సంహరించి, సుగ్రీవునితో మైత్రిని బలపరుచుకుంటాడు. అంతకు పూర్వము రావణుడు సీతను అపహరించి పుష్పక విమానంలో తీసుకుపోతుండగా సీత ఆర్తనాదాలు చేస్తూ ఒక కొండపై ఐదుగురు వానరులను చూసి, తన బంగారు వర్ణం గల ఉత్తరీయంలో తన ఆభరణాల్ని మూటగట్టి వారి మధ్యకు విసరివేస్తుంది. ఇదంతా ఋష్యమూక పర్వతంపైనే జరిగిన సంఘటన.

గండి క్షేత్రం

రావణుడిని సంహరించిన తరువాత రాముడు అయోధ్యకు వెళ్లుతున్న ఈ సందర్భంలో వాయుదేవుడు శ్రీరాముడికి స్వాగతం పలికేందుకు ఈ ప్రదేశాన్ని బంగారు పూలతో అలంకరించారని పురాణాలు చెబుతున్నాయి. వాయుదేవుడి ఆతిథ్యాన్ని స్వీకరిస్తూ శ్రీరాముడు ఈ ప్రదేశంలో విశ్రాంతి తీసుకున్నాడు. ఆ సమయంలో వాయుదేవుని కుమారుడైన హనుమంతుని రూపాన్ని తన బాణంతో ఓ రాతిపై చిత్రించాడు. తరువాత కాలంలో వ్యాసరాజు ఈ చిత్రాన్ని విగ్రహంగా చెక్కారని ప్రతీతి.

లేపాక్షి

రావణుడు సీతను అపహరించుకొని ఈ ప్రాంతం గుండా వెలుతున్నప్పుడు ఈ కూర్మ పర్వతం పైన జటాయువు అడ్డగిస్తుంది. రావణుడు ఆ పక్షి రెక్కలను నరికివేయగా అది ఈ ప్రాంతంలో పడిపోతుంది. ఆ తరువాత సీతను వెదుకుతూ వచ్చిన రామలక్ష్మణులు జటాయువును చూసి విషయాన్ని తెలుసుకొని, ఆ పక్షికి మొక్ష మిచ్చి 'లే-పక్షి' అని అన్నారట! ఆపదమే లేపాక్షి అయిందని ఇతిహ్యం. రాముడు జటాయువును కలవడం ఈ ప్రాంతంలో కాదు.

పంచవటి నుండి రామలక్ష్మణులు నేరుగా కిష్కిందకు చేరుకుంటారు. పంచవటి – కిష్కింద మార్గంలో లేపాక్షి లేదు. కిష్కిందకు దాదాపు 200 కి.మీ. దూరంలో దక్షిణ దిశలో ఉంది లేపాక్షి. ఇది హిందుపురానికి దగ్గరలోని ప్రాంతం. శిల్పకళకు ఇదిచాలా ప్రసిద్ధి పొందింది.

రామేశ్వరం

రావణుడి నుండి సీతను రక్షించడానికి వానర సేనతో వచ్చిన రాముడు సముద్రాన్ని దాటి లంకకు వెళ్లడానికి 'సేతువు' నిర్మించిన ప్రాంతమిది. రావణుడిని వధించి వచ్చిన తరువాత రాముడు తన పాపాల్ని పోగొట్టమని పశ్చాత్తాపంతో శివుణ్ణి ప్రార్థించాడు. రామేశ్వరం ఆధ్యాత్మికంగా ప్రసిద్ధి పొందడానికి రామ కథ ప్రధాన కారణం.

తమిళనాడుని రామనాథపురం జిల్లాలో ఉన్న ఈ ద్వీప పట్టణం. భారతదేశ ప్రధాన భూ భాగం నుండి పంబన్ ఛానల్ ద్వారా వేరు చేయబడింది.

రామేశ్వరం వెళ్లి నా ఆశీర్వాదం కోరేవారు ఎప్పుడూ శివ లోకంలో ఉంటారు. వారు మళ్ళీ ఈ లోకంలో పుట్టి బాధపడాల్సిన అవసరం లేదు అని రాముడు అంటాడు. – (తులసి దాస్ రామచరితమానస్)

ధనుష్కోడి

పంబన్ ద్వీపానికి ఆగ్నేయ దిశలో ఉన్న ఈ ధనుష్కోడి రామేశ్వరానికి ప్రత్యేకమైన గుర్తింపునిచ్చింది. ధనుష్కోడి అంటే "విల్లు ముగింపు" అని అర్థం. రామసేతును నిర్మించిన ప్రాంతమిది.రావణుని మరణానంతరం విభీషణుడు రాజైనాడు. శత్రువులెవరు లంకకు రాకుండా రామ సేతువును ధ్వంసం చేయమని విభీషణుడు రామని ప్రార్థించాడు. అతని కోరిక పై రాముడు తన విల్లుతో వంతెనను విరిచాడు.అందుకే ఇది ధనుష్కోడి అయింది.

రామసేతు

తమిళనాడు రాష్ట్రంలోని రామేశ్వరం (పంబన్) ద్వీపానికి, శ్రీలంకకు చెందిన మన్నర్ ద్వీపానికి మధ్య ఉన్న ఇసుక దిబ్బల శ్రేణి. ఇది ఇసుక సున్నపు రాళ్ళను కలిగి వుంటుంది. ఈ ఇసుక దిబ్బ పొడవు 18 మైళ్లు (30 కి.మీ). ఈస్ట్ ఇండియా కంపెనీ వారు రామసేతు అనే పేరును కుట్రపూరితమైన ఆలోచనతో ఆడంబ్రిడ్జ్ అని మార్చివేశారు. రామాయణం ప్రకారం శ్రీరాముడు వానర సేనతో ఈ వంతెనను పలురకాల చెట్ల కాండలతోనూ రాళ్ళతోను నిర్మించారు.

రామాయణం యుద్ధకాండం (22 – 66 నుంచి 70) లో ఈ సేతు నిర్మాణం గురించి విపులంగా వర్ణించారు. నలుడు, నీలుడు ఈ సేతు నిర్మాణానికి సారథ్యం వహించారు. వాసరులు మొదటి రోజు 14 యోజనలు, రెండవ రోజు 20 యోజనాలు, మూడవ రోజు 21 యోజనాలు. నాల్గవ రోజు 22 యోజనాలు, ఐదవరోజు 23 యోజనలు మొత్తం ఐదు రోజుల్లో 100 యోజనాలు

లంక వరకు రామసేతువును నిర్మించారు. యోజన అంటే 3 మైళ్లు అంటే 300 మైళ్ళు (300 X 1.6 = 480 కి. మీ) దూరం వరకు రామసేతువును నిర్మించారు. అయితే విమర్శకులు రామేశ్వరం నుండి లంకకు 30 కి.మీ. దూరం మాత్రమే ఉంది. 480 కి.మీ. ఎలా నిర్మించారు అని వాదిస్తున్నారు. రామాయణం జరిగింది త్రేతాయుగంలో కాబట్టి అప్పటి భూభాగానికి ఇప్పటి భూభాగానికి తేడాలు రావడం పెద్ద విశేషమేమి కాదని మరికొందరి వాదన. ఇంకొంత మంది లంక అంటే శ్రీలంక కాకపోవచ్చు మరేదో లంక ఉండి ఉండవచ్చు అని భావిస్తున్నారు.

ఈ రామ సేతువు కూల్చాలని, తద్వారా శ్రీలంక వెళ్లడానికి దగ్గరి దారి ఏర్పడుతుందని ప్రభుత్వాలు భావించాయి. ఇది విశ్వాసానికి సంబంధించింది కాబట్టి ఆ ప్రయత్నం వద్దని హిందువులు కోర్టులో కేసులు వేసి నిలుపుదల చేశారు. ఇదే అంశంపై ఇటీవల కాలంలో 'రామసేతు' అనే చలన చిత్రం ద్వారా ఇది మానవ నిర్మితమని తెలియ చెప్పారు.

తమిళనాడులోని చెంగల్పట్టు జిల్లాలోని సానూరు, అమ్మృతమంగలం కుమ్మత్తూర్లలోనూ, దక్షిణ ఆర్కాటు జిల్లాలోని సెంగమేడులోను తవ్వకాలు జరిపి అందులో లభించిన వస్తువులు క్రీ.పూ. 1000 సంవత్సరాలకు పూర్వం వాడుకలో ఉన్నట్లు తెల్పారు. పై ప్రదేశాలలో కొన్ని శ్రీ రామచంద్రుని

సేవించిన వానర బృందానికి కర్మాగారాలుగా ఉన్నట్లు చెప్పే కొన్ని ప్రాచీన గాథలు ప్రచారంలో ఉన్నాయి.(5)

సుగ్రీవుడు వర్ణించిన భౌగోళిక స్వరూపం

సీతాన్వేషణ కోసం సుగ్రీవుడు ఉత్తమ వానర వీరుడైన వినతను తన సైన్యంతో కలసి తూర్పుదిశగా వెళ్లమంటాడు. (కిష్మిందా–40–17 to 19) తూర్పున ఉన్న అడవులు, పర్వతాలు, దుర్గమమైన ప్రదేశాలు విదేహ రాజ్యంలో సీతకోసం లేదా రావణుని నివాసం కోసం శోధించ మంటారు. (కిష్మిందా–40–19)గంగానది, సరయునది, కౌశికినది, యమునానది, కలిందా పర్వతం, సరస్వతి, సింధానది, మహీనది, కాలమహీనది, వాటి చుట్టూ ఉన్న పర్వతాలు, అడవులలో వెతకమంటాడు.బ్రహ్మమాల, విదేహా, మాళవ, కాశీ వంటి రాజ్యాలు, కోసల, మగధ, గొప్ప గ్రామాలున్న రాజ్యంలో పుండ్ర, అంగ రాజ్యాలలోనూ, కోశాకార అనే రాజుల దేశాలలో, వెండి గనులున్న ప్రాంతాలలోనూ వెతకండి. వారికోసం జంబూ ద్వీపంలో పూర్తిగా వెతకండి. ఇది భారతదేశం. దీన్ని దాటి పర్వతారోహణ ద్వారా, లేదా నావల ద్వారా తూర్పు ప్రాంతాలకు వెళ్లాలి.

ఏడు రాజ్యాలతో శోభాయమానంగా ఉండే యవద్వీపం, బంగారు గనులతో నిండిన బంగారు, వెండి ద్వీపాలలో, మరియు చుట్టుప్రక్కల ఉన్న ఇతర ద్వీపాలలోనూ వెతకండి. యవ ద్వీపం దాడేటప్పుడు శిశిరం అనే పేరుగల పర్వతముంది. సీతాన్వేషణ కోసం మీరు అన్ని ద్వీపాలు, అగమ్య పర్వతాలు, జలపాతాలు, అడవులలో సమిష్టిగా ప్రయాణించండి.

తరువాత, మీరు సముద్రం యొక్క తీరానికి చేరుకున్నప్పుడు షోనా నది వస్తుంది. ఆ నది లోతైన, వేగవంతమైన నీటితో ప్రవహిస్తుంటుంది. నీరు ఎర్రగా ఉంటుంది. అక్కడ ఉన్న అడవులను శోధించి, ఆ తరువాత ప్లాక్ష ద్వీపం వెళ్లండి. ఆ ద్వీపంలో పర్వతాలనుండి చాలా నదులు ఉద్భవిస్తాయి. ఆ తరువాత ఇక్షు ద్వీపానికి వెళ్లాలి. ఉప్పునీటి సముద్రంలోని ద్వీపాలలో వెతకండి. ఇక్కడి నుంచి లోహిత, ఎర్రమహాసముద్రం దగ్గరకు వెళ్లండి. అక్కడ మీకు భారీ శాల్మలి వృక్షం కన్పిస్తుంది. ఈ చెట్టు కారణంగా ఈ ద్వీపాన్ని శాల్మలి ద్వీపం అంటారు. ఇక్కడ మీరు వినత కుమారుడైన గరుడి భవనాన్ని చూస్తారు. ఈ భవనం విశ్వకర్మచేత నిర్మితం.మందేహ అని పిలువబడే రాక్షసులు పర్వత శిఖరాలనుండి తలక్రిందులుగా వ్రేలాడుతూ ఉంటారు.

అక్కడ నుండి వెళుతున్నప్పుడు పాలసముద్రం చూస్తారు. ఇందులో ఋషభం అనే పేరుగల పర్వతం ఉంది. మనోహరమైన సుదర్శన సరస్సు వుంది. ఇందులో రాజహంసలు తిరుగుతుంటాయి. ఆ తరవాత అన్ని జీవుల్ని భయపెట్టే మెత్తని నీటి సముద్రాన్ని చూస్తారు. ఇందులో ఉత్తరప్రాంతంలో జాతర రూపశిల, బంగారు పర్వతం అనే భారీ పర్వతాన్ని చూస్తారు. ఇది 13 యోజనాలు వ్యాపించి ఉంది. బంగారు వర్ణంతో మెరిసే మూడుకొమ్మల తాటి వృక్షాన్ని తలపిస్తున్న స్తంభం ఆ పర్వతంపై అనంతుని చిహ్నంగా స్థాపించబడింది. అది ఖగోళ దేవతలచే తూర్పు

దిక్సూచిగా నిర్మించబడింది. ఈ పర్వతం పై సుమనస అనే పేరుగల ఎత్తైన శిఖరం ఉంది. ఆ ప్రాంతాలలో సీతకోసం పూర్తిగా అన్వేషించండి. ఇది ఒక నెలలో పూర్తి కావాలి.

పశ్చిమ దిశ

కిష్కింధకు పశ్చిమ దిశకు సుగ్రీవుడు సుషేనుడు నాయకత్వంలో వానరసేనను సీతాన్వేషణ కోసం నియమిస్తారు. ఆ దిశలో ఉన్న పర్వతాలు, మహాసముద్రాల్ని గురించి తెలియ చేస్తాడు.

సౌరాష్ట్ర, బాహ్లీక, చంద్రచిత్ర, అక్కడున్న నగరాలు, గ్రామాలు, అడవులు, నదులు, ఎత్తైన పర్వతాలలో సీతకోసం అన్వేషించండి. మురాసి, జాతాపురా, అవంతి, అంగలేప మొదలైన తీర ప్రాంతాల నగరాలలో వెతకండి. సింధునది మహాసముద్రం దగ్గరున్న హేమగిరి అనే పెద్ద పర్వతం ఉంది. ఆ పర్వత పారియాత్రలో 24 కోట్ల మంది బలవంతులైన గంధర్వులు నివసిస్తున్నారు. అక్కడి నుండి ముందుకు వెళ్లితే వజ్ర పర్వత ప్రాంతం వస్తుంది. ఆ తరువాత చక్రవాన్ అనే పర్వతం ఉంది. అక్కడి నుంచి 64 యోజనాలు తరువాత వరాహ పర్వతం, దాని సమీపంలో ప్రాగ్జ్యోతిషమనే నగరం ఉంది దానిలో నరక అనే రాక్షసుడు నివసిస్తున్నాడు. అక్కడి నుండి ముందుకు వెళ్లితే మేఘవంత అని పిలువబడే జలపాతాలు కనిపిస్తాయి. ఇవి మేఘవంత పర్వతం నుండి ప్రవహించే నీటి జలపాతాలు. అక్కడి నుండి ముందుకు వెళ్లితే 60 వేల పర్వతాల శ్రేణులు కన్పిస్తాయి. వీటి మధ్యలో ఉన్న పర్వతం పేరు మేరు పర్వతం లేదా సౌవర్ణి మేరూ పర్వతం. ఈ పర్వతం దగ్గర నుండి సూర్యుడు పదివేల యోజనాలు దాటి అస్తాద్రి పర్వతం వరకు ఒకటిన్నర గంటలో ప్రయాణిస్తాడు.

మేరు పర్వతం అస్తాద్రిపర్వతం మధ్య బంగారు రంగులో ప్రకాశించే పది ఆకుల ఖర్జూర చెట్టు ఉంది. ఈ మేరు పర్వతాలలో మేరు సౌవర్ణిగా ప్రసిద్ది పొందిన ఋషి కన్పిస్తాడు. ఆయనను సీతని గురించి అడగండి. ఇక్కడి వరకే మీరు వెళ్లగలరు. సీత గురించి రావణుడి నివాసం గురించి పూర్తిగా తెలుసుకొని ఒక నెలలోగా మీరంతా తిరిగి రావాలని సుగ్రీవుడు వారిని ఆజ్ఞాపించాడు.

దక్షిణ దిశ

సుగ్రీవుడు అంగదుడి సారధ్యంలో నీలుడు, హనుమంతుడు, జాంబవంతుడు, సుహోత్రుడు, షరారి, శరగుల్మ, గజ, గవాక్ష, గవయ, సుషేణ, వృషభ, మైంద, ద్వివిద, గంధమాదన, ఉల్కముఖ, అనంగ, హుటాశన మొదలైన బలవంతులైన వానర వీరుల్ని దక్షిణ దిశలో సీతాన్వేషణకై నియమించాడు.

మీరు మొదట వింధ్యశ్రేణులను, నర్మదానది ప్రాంతాలను, గోదావరి నదీ ప్రాంతాల్ని, కృష్ణవేణి నదీ ప్రాంతాల్ని మేఖలా, ఉత్కల, దశర్ణ, ఆబ్రవంతి, అవంతి, విదర్భ, నిష్టికలు, మహిషకులు, మత్స్య, కళింగ, కౌశకులు, దండక వనం, ఆంధ్రాలు, పౌండ్రాలు, చోళులు, పాండ్యులు మరియు కేరళ ప్రాంతాల్ని వెతకండి.

అయోముఖ పర్వతాన్ని, కావేరి నది ప్రాంతాల్ని, మలయ పర్వత ప్రాంతాల్ని, తామ్రపాప్ని అనే మహానది దాటి అక్కడున్న అడవుల్ని సీతకోసం అన్వేషించండి.

ఇంకా ముందుకు వెళ్లితే పాండ్యుల నగరం వస్తుంది. ఇంకా ముందుకు వెళ్లితే సముద్రం వస్తుంది. సముద్రానికి అవతలి వైపు నాలుగు వందల మైళ్ల పొడవున్న ఒక ద్వీపం ఉంది.మనుష్యులు ఆ ద్వీపంలోకి వెళ్లలేరు. అక్కడ దుర్మార్గుడైన రావణుని నివాసం ఉంది.

సముద్రం మధ్యలో అంగారక అనే స్త్రీ ఉంది. ఆమె గాలిలో ఎగిరే వారి నీడను పట్టుకొని తన ఆహారాన్ని సంపాదించుకుంటుంది. సముద్రంలోని ఆ ద్వీపానికి అవతలి వైపు పుష్పితకం అనే పేరుగల కొండ ఉంది. దాని తరువాత సూర్యవాన్ అనే మరో పర్వతం కన్పిస్తుంది. ఆ తరువాత కుంజర పర్వతం ఉంది. ఇక్కడే విశ్వకర్మ అగస్త్యునికి నివాసాన్ని నిర్మించారు. ఇక్కడే భోగవతి అనే నగరం ఉంది. ఇంకా ముందుకు వెళ్లితే గోశిరక, పద్మక, హరిశ్యామ అనే అద్భుత వృక్షాలు కల్గిన ఎద్దురూపంలో ఉన్న అందమైన రిషభ పర్వతం కనిపిస్తుంది. తరువాత గంధపు అరణ్యం వస్తుంది. రోహితుడు అనే గంధర్వుడు ఐదు ఇతర ఖగోళ జీవులైన శైలూష, గ్రామణి, శిక్ష, శుక, రభ్ర అనే జీవులతో అది రక్షింపబడుతుంది. కాబట్టి అందులో మీరు ప్రవేశించలేరు. చివరగా భూమి మొక్క అంచులో పితీల నివాసం ఉంది. ఇందులో ప్రవేశించడం అసాధ్యం. ఇంతవరకు మీరు సీతకోసం అన్వేషించి రండి అని సుగ్రీవుడు ఆజ్ఞాపిస్తాడు.

ఉత్తర దిశ

సగ్రీవుడు సీతాన్వేషణ కోసం శతబలి మరియు అతని అనుచరులను పంపాడు. మ్లేచ్చదేశం, పులింద, శూరసేన, ప్రస్థల, భరతదేశం. కురుదేశం, మద్ర, కాంభోజ, మొదలైన నగరాలలో వెతకమంటాడు.ఉత్తరాదిన వున్న మంచు ప్రాంతాల గురించి వివరిస్తాడు. సోమ ఆశ్రమాన్ని గురించి వివరిస్తాడు. ఆపై ఉన్న కాలా అనే గొప్ప పర్వతం ఉంది. దాన్ని దాటితే సుదర్శన అనే పర్వతం ఉంది. ఆ తరువాత పక్షుల అభయారణ్యం, దీని తరువాత వందల యోజనాలు విస్తరించిన నిర్జన భూమి. ఇందులో అడవులు, పర్వతాలు, నదులు కూడా కనపడవు. దీన్ని దాటితే కుబేరుని భవనం వస్తుంది. ఆ తరవాత క్రౌంక పర్వతానికి చేరుకొని ప్రవేశించడానికి వీలుకాని సొరంగ మార్గంలో వెతకండి. ఈ పర్వతం తరువాత మైనాక పర్వతం ఉంది. అక్కడ 'మాయ' అనే రాక్షసుడి భవనం ఉంది. ఇక్కడి నుండి ముందుకు వెళ్లితే సూర్యచంద్రులు, నక్షత్రాలు లేని ఆకాశం మాత్రమే ఉండే, నిశబ్దమైన ప్రదేశం వస్తుంది. దీని ద్వారా వెళ్లితే శైలోద అనే నది ఉంది. ఈ నదీతీరాల్లో కోచక – లు అనే వెదురు ఉంటుంది. ఇవి ఒక ఒడ్డునుండి మరో ఒడ్డుకు సిద్దులను తరలిస్తుంటాయి. ఆ తరువాత ఉత్తర కురు ఉంది. ఇదిచాలా నదులతో నిండి ఉంది. ఈ ప్రాంతంలో ఉన్న చెట్ల ద్వారా అందమైన చెక్క మంచాలు తయారు చేస్తారు. ఇక్కడచాలా అందమైన స్త్రీలు ఉంటారు. దీని తరువాత మహాసముద్రం, అందులో సోమ పర్వతం ఉంటుంది.

వాల్మీకి వర్ణించిన భౌగోళిక స్వరూపం ఖచ్చితమైందని భావించడానికి వీలు లేదు. వాల్మీకి కవి మాత్రమే. భాగోళిక శాస్త్రవేత్త కాదు. తానువిన్న వివిధ ప్రాంతాల స్వరూపాన్ని ఆవిష్కరించే ప్రయత్నం చేశాడు. ఇందులో ఆయన సూచించిన కొన్ని ప్రాంతాలు ఆయా దిశలలో కాకుండా మరో దిశలో ఉండవచ్చు. వీటిని వివాదాస్పద అంశాలుగా చూడాల్సిన అవసరం లేదు. అవి ఏ దిశలో వున్నా, అవి ఉండడం మాత్రం వాస్తవం. ఇవన్ని ఆనాటి చారిత్రిక స్వరూపాన్ని ఆవిష్కరించేవిగా నిలబడ్డాయి.

సీతాన్వేషణ కోసం సుగ్రీవుడు వానర ప్రముఖులకు మార్గనిర్దేశం చేశాడు.నలుదిశలాడున్న భౌగోళిక స్థితిని తెలియచేశాడు. భూమి యొక్క చివరిదాకా వెతకమని వారికి తెలియచేస్తాడు.

అస్తా పర్వతం

పశ్చిమ దిశలో వెళ్లే వానరులు అస్తా పర్వతం వరకు అన్వేషించమంటాడు. ఆ తరువాత ఉన్న ప్రపంచం తెలియదంటాడు. అస్తా సంస్కృతంలో సూర్యాస్తమయంగా సూచించబడింది. అంటే సూర్యుడు అస్తమించే పర్వతం అని అర్థం.

సౌరాష్ట్ర అంటే నేటి గుజరాత్ నుండి వెళ్లే మార్గాన్ని గురించి వివరంగా తెలిపాడు.

బహ్లీ కాస్

నేటి ఆఫ్ఘనిస్తాన్. ఇక్కడ నుండి చంద్ర–చిత్ర అంటే ఘందారకు వెళ్లాలని సూచిస్తాడు. పశ్చిమ దిశ అన్వేషణ అస్తా వద్ద ముగుస్తుంది. ఈ భూమి మధ్య ఆసియాగా పండితులు భావిస్తున్నారు. ఇలా వెళ్లడం అంటే భారతదేశ సరిహద్దులు దాటి వానరులు వెళ్లారని భావించాలి.

సింధు ప్రాంతం

సింధానది అరేబియా సముద్రంలో ఎక్కడ పడుతుందో ఈ భౌగోళిక వర్ణన, గరిష్టంగా రెండు ప్రాంతాలను మాత్రమే సూచిస్తుంది. మొదటిది సింధు డెల్టా. రెండోది సౌరాష్ట్రలోని అరేబియా నదిలో కలిసే ఏకై కనది నర్మదా! అయితే వానరులు బహ్లీకా (అఫ్ఘనిస్తాన్) వెళ్లే చోట నుండి సింధుకు చేరుకుంటారని చెప్పడం వల్ల అది నర్మద కాదు.సింధు ప్రాంతమే అని నిర్ణయించవచ్చు. వానరాలు తీరం వెంబడి అరేబియా సముద్రం దాటుతున్నాయని స్పష్టమవుతుంది.

సోమగిరి

ఈ పర్వతం వందలాది శిఖరాలతో, భారీ చెట్లతో నిండి వుందని వాల్మీకి చెప్పాడు. ఈ పర్వతాలు నేడు లక్కీ లేదా లఖికొండలుగా భావిస్తున్నారు. ఇవి సింధూ డెల్టాలోని కొండలు. సోమగిరి సింధునది సముద్రంలోకలిసే ప్రదేశంలో ఉందని వాల్మీకి స్పష్టంగా పేర్కొంటారు.

పురాతన కాలంలో సముద్ర మట్టాలు తక్కువగా ఉన్నట్లైతే వాల్మీకి పేర్కొన్న సోమగిరి అక్కడి ఇతర పవిత్ర స్థానాలు అరేబియా సముద్రంలో ఉన్న అస్తోలా ద్వీపంకావచ్చని కొందరి

అభిప్రాయం. అస్టోలా గురించి చరిత్రకారుడు ఆరియన్ అడ్మిరల్ నియర్ కోస్ తన గ్రంథమైన ఇండికాలో పేర్కొన్నాడు. క్రీ.పూ. 325 లో అలెగ్జాండర్ ది గ్రేట్ అరేబియా సముద్రం, పర్షియన్ గల్ఫ్ తీరాన్ని అన్వేషించడానికి అడ్మిరల్ నిమార్ కోస్ ను నియమించాడు. వాల్మీకి దీన్ని అర్రియన్ కార్మినా మరియు కార్మిన్ వంటి పేర్లతో సూచించాడు.

ప్రాగ్జ్యోతిష్

ప్రాచీన భారతీయ భౌగోళిక శాస్త్రంలో అన్ని నివాస ప్రాంతాలలో, ఎక్కడ సూర్యోదయాన్ని ముందుగా గుర్తించవచ్చో, దీనికి ప్రాగ్జ్యోతిష్ అని అన్నారు. సంస్కృత అస్తా అనేది సూర్యాస్తమయాన్ని సూచిస్తే ప్రాగ్జ్యోతిష్ అనేది సూర్యోదయాన్ని సూచిస్తోంది. ఇది రాక్షసుడైన నరకుని నగరంగా వాల్మీకి చెప్పాడు.

సుగ్రీవుడి చేత వర్ణించబడ్డ ప్రాంతాల్ని విశ్లేషిస్తే ఈభూగోళ వర్ణన కేవలం భారతదేశానికే పరిమితం కాదు. ఇరాన్, ఇరాక్, పర్షియా, ఆఫ్ఘనిస్తాన్, రష్యా, చైనా, టిబెట్ ప్రాంతాన్ని కలుపుకొని భూగోళ వర్ణన చేశాడని అర్థమవుతుంది.

రావణునిలంక కాశ్మీర్లో ఉందా?

హిందూ పిడియా (Hindu Pedia) లో పి.ఆర్. రామచందర్, హిమాన్షు భట్ ప్రచురించిన 'రామాయణ' వ్యాసం ఎంతో ఆశక్తిని కల్గిస్తుంది. రామాయణం ఉత్తరభారతం మరియు కాశ్మీరుకు చెందిన ఇతివృత్తంగా నిర్వహించే ప్రయత్నం చేశారు.హిందూ మత సాంస్కృతిక సంప్రదాయం రామకథకు చాలా గొప్ప వాస్తవికతను కల్పించిందని, ఇది చారిత్రక కోణాన్ని నిరోధించదని చెప్పడానికి సరిపోతుంది.

రావణుడి సుతల లోకం ప్రస్తుతం చండిగర్, ఢిల్లీ, హర్యానా మరియు పశ్చిమ, ఉత్తరప్రదేశ్ ప్రాంతం. రావణుడు పశ్చిమ ఉత్తరప్రదేశ్ లోని గ్రేటర్ నోయిడా జిల్లా బిస్రాఖ్ పట్టణంలో జన్మించాడని స్థానికులు చెబుతుంటారు. రుషి విశ్రవ పేరుతో బిస్రాఖ్ పిలవబడుతోంది. నోయిడా చుట్టూ ఉన్న నగరాలు,రావణుడితోసంబంధమున్న దేవాలయాలు కాకుండా, మధురలోని సరస్వత్ బ్రాహ్మణులు అతని నుండి వచ్చినట్లు పేర్కొన్నారు. బిస్రాఖ్ నుండి మధురకి కేవలం 140 కి.మీ. మధుర జిల్లాలోనే బృందావనం ఉంది. సుతల–వన బృందావనాన్ని సూచిస్తుంది. ఈ అడవిని బ్రజవన అని కూడా పిలుస్తారు. రావణుడు ఈ అడవిలోనే తపస్సు చేశాడని గ్రంథాలు పేర్కొంటున్నాయి. దండయాత్ర చేసి కుబేరుని ఓడించి లంకను ఆక్రమించి రాజైనాడు.

నోయిడాకు దగ్గరలోనే ఘుజియాబాద్ లో రావణుడు జన్మించిన పురాణగాధలు ఉన్నాయి. రావణుని అక్క మరియు లవణాసురుని తల్లి కుంభిణి పశ్చిమ ఉత్తరప్రదేశ్ లోని మధు (మధుర రాజు) అనే వాడి భార్య.

రాముని కోసల రాజ్యానికి సరిహద్దుగా ఉన్న జనస్థానానికి రావణుని సోదరుడు ఖరరాజు. ఆధునిక ఖారౌదా రావణుడి సోదరులు ఖర మరియు దూషణ పేరుతో పిలవబడుతుందని విశ్వసిస్తారు.[6]

పశ్చిమ ఉత్తరప్రదేశ్ తో రావణునికి బలమైన పురాణ అనుబంధాలు ఉన్నాయి. రావన్ తిలా కూడా అలీబాగ్ నగరంలో ఒక పొరుగు ప్రాంతం.మీరట్ దానవ మయాసుర (రావణుడి మామ) నగరమని దాని అసలు పేరు మైదుత్–కా–ఖేరా అని నమ్ముతారు. రావణుడి భార్య మండోదరి స్వస్థలం కూడా ఇక్కడే ఉంది.స్కంధ పురాణంలో పేర్కొన్న మేఘనాధ్ తీర్ధం రావణుడి కుమారుడు మేఘనాధుడు తూర్పు ఉత్తరప్రదేశ్ లో నర్మదానది వద్ద శివలింగాన్ని ప్రతిష్టించాడని, ఆ తరువాత ఇది తీర్ధంగా మారిందని అంటారు.[7]

హర్యానాలోని ధనుక్ క్షత్రియులు రాముడితో యుద్ధంలో రావణుడికి సహాయం చేశారని పేర్కొన్నారు.

రావణుడి లంక కాశ్మీర్ లో ఉంది. వూలార్ సరస్సు దక్షిణ ఆసియాలోని అత్యంత సంపన్నమైన చిత్తడి నేల మరియు ఆసియాలోనే పెద్ద మంచినీటి సరస్సు.

చారిత్రాత్మకంగా ఈ ద్వీపాన్నిగ్రంథాలలోలంక మరియు లంకాపురి అని సంబోధించారు. దీనిని సోనాలంక అని కూడా పిలిచేవారు.

రామాయణంలో భౌగోళిక అంశాలు కాశ్మీర్ లంకకు అనుగుణంగా ఉన్నాయి. రామాయణం హిమాలయాలు మరియు కారకోరం అంతటా అనేక ప్రదేశాలను ప్రస్తావిస్తుంది. కథ హిమాలయాల నుండి శ్రీలంకకు ఎలా మారుతుందని ఎవరైనా ఆశ్చర్యపోతారు. యుద్ధం తర్వాత కూడా రావణుడు మరియు రాముడు మధ్య, రాజు భరతుడు దుర్బలంగా గాయపడినందున హనుమంతుడు గంధమాదన పర్వతం (ఆధునిక చిత్రాల్ లోయలోని తిరిచ్ మీర్) నుండి పునరుజ్జీవన మూలికలను తేవడానికి పంపబడ్డాడు. ఇవి తేవడానికిచాలా రోజులు పట్టాలి. కాని హనుమంతుడు వీటిని చాలా వేగంగాతీసుకుని రాగలిగాడు. కారణం తిరిచ్ మీర్ కాశ్మీర్ లోయకు దగ్గర ఉండడం, గంధమాదన లంకకు (కాశ్మీర్లంకకు)చాలా దగ్గర ఉందని అర్ధమవుతోంది.

వాల్మీకి రామాయణం కూడా లంకకు సమీపంలో త్రికూట పర్వతాలు ఉన్నాయని పేర్కొంది.కాశ్మీర్లోని బందిపోరా నగరం మూడు దిక్కులా హరముఖ్ పర్వతాలచే సరిహద్దులున్నాయి. ఇవి దాదాపు 5000 అడుగుల ఎత్తులో ఉన్నాయి. దాని ముందు భాగంలో లంకను కలిగిన వూలార్ సరస్సు ఉంది. కాశ్మీర్ లోనే త్రికూట పర్వతశ్రేణి ఉంది. ఇది

రామాయణంలో పేర్కొన్న చారిత్రాత్మక త్రికూట పర్వతాలతో కాశ్మీర్ అనుబంధానికి ప్రతీకగా నిలుస్తుంది.

'బ్రహ్మండ పురాణం' కూడా త్రికూటాన్ని మేరు పర్వతం దిగువన ఉన్న పర్వత శ్రేణిగా వివరిస్తుంది.[8] త్రికూట పర్వతం గతంలో రాక్షసులకు చెందినదిగా పేర్కొంది.[9] రావణుడి రాజభవనం లంకలో ఒక కొండపై ఉందని రామాయణం చెబుతుంది. ఇది వూలర్ లంకలోని ఆధునిక షకుర్–ఊర్–దిన కొండ. రావణుడు ఉత్తరభారత దేశంలోని గోకర్ణ పర్వతం, కైలాస పర్వతం మొదలైన తీర్థయాత్రలకు మాత్రమే ప్రయాణించినట్లు తెలుస్తోంది.

బ్రాహ్మణుడైన రావణుడిని చంపిన పాపాన్ని తొలగించుకోవడానికి రాముడు లక్ష్మణుకు వాయువ్యంగా ఉన్న కళ్యాణమీల్ లోని హత్తియా హరన్ సరస్సులో ఆచారబద్ధంగా స్నానాలు చేశాడని నమ్ముతున్నారు.[10] అలాగే నరహత్య పాపానికి ప్రాయశ్చిత్తంగా రాముడు రిషికేశ్ లో మరియు లక్ష్మణ్ తపోవనంలో తపస్సు చేశారట.[11]

కళింజర్ లోని సీతా సెజ్ (సీతపడక) లంక యుద్ధం తరువాత సీత తన కోసం చేసిన నివాసంగా స్థానిక పురాణాలలో చెప్పబడింది.[12] రావణుడు అమర్ నాథ్ గుహలలో తపస్సు చేసినట్లు చెబుతారు.[13] పూంచ్ నగరాన్ని పుల్సత్ అని అంటారు ఎందుకంటే ఈ నగరాన్ని పులస్త్యుడు స్థాపించాడని నమ్ముతారు.[14]

వూలర్ యొక్క పాత పేరు మహాపదమాసార్. ఎత్తైన అలలతో కూడిన సరస్సు కాబట్టి ఉల్లోల సరస్ అని అన్నారు. ఈ సరస్సు యొక్క నీలి జలాల క్రింద ఒక దుష్ట నగరం పాతి పెట్ట బడిందని నమ్ముతారు.[15] ఇది రావణుడి లంకానగరమే.

హనుమంతుడి కిష్కింధ కాశ్మీర్ లోని ఆధునిక బందిపూర్ లో ఉంది. కిష్కింధ వింధ్యకు ఉత్తరాన ఉందని వాల్మీకి చెప్పారు. వింధ్యానికి దక్షిణంగా సముద్రం మరియు దాని లోపల లంక ఉంది. పీర్ పంజాల్ దాటడానికి వులర్ సరస్సులోని లంక నుండి యాత్ర చేస్తే వారు బందిపూర్ జిల్లాలో దిగుతారు. ఈ జిల్లా పేరుకు కోతుల నగరమని అర్థం.

రాముడు కాశ్మీర హిమాలయాల్లోని ఋష్యమూక పర్వతం (రిక్షా పర్వతాలలో భాగం) వద్ద వానర నిరంకుశ పాలకుడైన వాలిని ఎదుర్కొన్నాడు. దేవి భాగవతంలో ఋష్యమూక ఇతర ఉపఖండ పర్వత శ్రేణులతో పాటు భారత ఉపఖండంలో ఒక భాగంగా పేర్కొనబడింది.[16]

దండ కఅడవి కాశ్మీర్ లోనో ఉంది. సీత రామలక్ష్మణులు ట్రేహ్ గామ్, విలగం మొదలైన గ్రామాలలో నివసించారని కాశ్మీర్ స్థానిక జానపదాలు పేర్కంటున్నాయి. ఇవి నేటి కుప్వారా జిల్లాలో ఉన్నాయి. ఇలాచాలాఉదాహరణలతో వ్యాస రచయితలు రామయణం ఉత్తరాది ప్రాంతాల ఇతి వృత్తంతో కూడినదని రావణుడి లంక కాశ్మీర్ ప్రాంతంలో ఉందని నిరూపించే ప్రయత్నం చేశారు.

రామాయణం ఆఫ్ఘనిస్తాన్ ప్రాంతానికి చెందినదా?

చరిత్ర పట్ల మక్కువ ఉన్న ఓ భౌతిక శాస్త్రవేత్త రాజేష్ కొచ్చర్ సాంప్రదాయ చరిత్రను చేదిస్తూ ది వేదిక్ పీపుల్ – దేర్ హిస్టరీ అండ్ జాగ్రఫీ (The Vedic people– Their History and Geography) అనే పుస్తకాన్ని రాశాడు.

అందులో కొన్ని సంఘటనల్ని ఉటంకిస్తూ రామాయణ ప్రాంతం ఆఫ్ఘనిస్తాన్ పరిసర ప్రాంతంలో జరిగి ఉంటుందని అభిప్రాయపడ్డాడు.

సోమరస

వైదిక సంచార జాతులు తూర్పు ఐరోపా నుండి బాక్ట్రియా (ఆఫ్ఘనిస్తాన్) వరకు ప్రయాణించారు. అక్కడి నుండి వారు పర్షియా (ఇరాన్) వెళ్ళారు. పర్షియాకు వలస సమయంలో బహుశా దేవతల మధ్య అధికారం కోసం యుద్ధం జరిగింది. ఇది అవెస్తాన్ మతం పుట్టుకకు దారి తీసింది. దేవతల రాజు ఇంద్రుడు అవేస్తాలో తక్కువ స్థాయి వ్యక్తిగా గుర్తించబడ్డాడు. యమ, మృత్యు దేవత, దేవతలలో గొప్పవాడుగా మారాడు. అగ్నిని ఆరాధించడం పార్సీ సమాజంలో ప్రముఖ ఆచారం. కానీ హిందువులు ఈ పురాతన దేవుడిని పూజించరు. ఇది ఋగ్వేద యుగం పర్షియా కంటే ముందే ఉందని సూచిస్తుంది.ఇది వైదిక యాత్ర యొక్క ఆఫ్ఘన్ శాఖ కాదా అని కొచ్చర్ ప్రశ్నిస్తడు. అందుకు ఆధారాలు సూచిస్తాడు. మొదటిది వేద పానీయం సోమరస. ప్రాచీన వేద జీవితంలో ఇదిచాలా ప్రధానమైందిగా భావించారు.

అవెస్తాన్ జెండ్ గ్రంథంలో సోమ యొక్క ప్రాముఖ్యత స్పష్టంగా ఉంది. దీనిని పర్షియా భాషలో "హమా" అంటారు. అయితే అసలు 'సోమ' ఆఫ్ఘన్, పర్షియా లేదా ఇరాన్ లో మాత్రమే కనుగొన్నారు. 1951లో జర్మన్ చరిత్రకారుడు కార్ల్ ఫ్రెడరిక్ గెలెడ్నర్ ఋగ్వేదంలో సోమాగా వర్ణించబడింది ఎఫిడ్రా మొక్క అని నిరూపించాడు. కోచర్ పరిశోధనలు ఆఫ్ఘనిస్తాన్, ఇరాన్, ఉత్తర హిమాలయాలు మరియు హిందూకుష్ ల లో నాలుగు రకాల ఎఫిడ్రా జాతి మొక్కలను కనుగొనడానికి దారితీశాయి.

రెండవ ఆధారం వేదాల్లో వర్ణించిన వేసవి వర్ణన. ఋగ్వేదం, యజుర్ వేదాలలో 49 విశ్వశ్లోకాలు వున్నాయి. వాటి అర్థాలు వివరించబడలేదు కానీ వేదాంగ జ్యోతిష్యం నుండి ఒక ప్రత్యేకమైన శ్లోకం లో వేసవి కాలం 18 పగలు మరియు 12 రాత్రులు కలిగి ఉంటుందని తెలుపుతుంది. భూమధ్య రేఖపై పగలు మరియు రాత్రులు సమానంగా ఉంటాయి. అధిక అక్షాంశాలలో వేసవి రోజులు రాత్రుల కంటే ఎక్కువ. పగలు మరియు చీకటి నిష్పత్తి 3:2 ఉన్న

అక్షాంశం చుట్టూ నేడు కనిపించే నగరాలు ఆఫ్ఘనిస్తాన్ లోని 'హెరాత్' మరియు కాబూల్ నగరాలని గమనించాలంటాడు.

అలాగే ఋగ్వేదంలోని సరస్వతి నది, సరయు నదులు చాల శక్తి వంతమైనవి. ఈ నదుల లక్షణాలున్న నదులు భారతదేశంలో ఉన్న నదులతో సరిపోలడం లేదంటాడు.నదుల క్రమాన్ని గురించి ఋగ్వేదంలో (శ్లోకం –5153) ఇలా చెబుతుంది. రస, క్రమ, అనితాబ్, కువ లేదా సింధు మిమ్మల్ని ఆపలేకపోవచ్చు; లోతైన సరయు అడ్డంకి కాకూడదు. నదులక్రమం స్పష్టంగా తూర్పు నుండి పడమరకు కదులుతుంది. కాబట్టి సరయునది నిస్సందేహంగా సింధునదికి పశ్చిమాన ప్రవహిస్తుంది.

అఫ్ఘనిస్తాన్లోని హరీ–రుద్ అని పిలువబడే 650 కి.మీ నది ఇది అని కొచ్చర్ నమ్మడు. దీని మూలం హిందూ కుష్ పర్వతాలలో ఉంది. ఇది హెరాత్ నగరాన్ని దాటి ఇరాన్– ఆఫ్ఘనిస్తాన్ సరిహద్దులో 100కి.మీ. వరకు ప్రవహించి మధ్య ఆసియాలోని కరాకోమ్ ఎడారిలో అదృశ్యమవుతుంది. సరస్వతి నదిని హరహైతిగా గుర్తించాం. ఇది ఆఫ్ఘన్ – ఇరాన్ సరిహద్దులోని అర్ఘందర్ నది మరియు హెల్మ్యాండ్ నది యొక్క సంయుక్త బేసిన్ వెంట ఇరాన్ లోకి ప్రవేశిస్తుంది. కొచ్చర్ ఈ హెల్మ్యాండ్ నది వేద సరస్వతి నదిగా భావించారు. హెల్మ్యాండ్ యొక్క మూలం కోహ్–ఇ–బాబా పర్వత శ్రేణిలో ఉంది. ఆఫ్ఘనిస్తాన్ నడిబొడ్డున 1300 మైళ్ల దూరం ప్రవహిస్తూ, వేద సరస్వతి వేద ద్రిజద్వతి లేదా అర్ఘందర్ లో కలుస్తుంది. అవెస్టా ఈ విశాల మైన నదిని హేతు మంత లేదా సేతు మంతగా గుర్తిస్తుంది. ఇరాన్ లోని సరస్వతి నదికి హరహైతి అని పేరు పెట్టారు. ఇది ఉత్తర ఇరాన్ లోని సైసాన్ ప్రాంతంలోని హమున్–ఎ–శబరి లోతట్టుసరస్సు లోకి ప్రవేశిస్తుంది.

అదేవిధంగా రామాయణంలోని లంక శ్రీలంక కాదని హమున్–ఎ– స్ట్రిలో ఒక ద్వీపం అని పేర్కొంటాడు కొచ్చర్. ఆఫ్ఘనిస్తాన్ నుండి రాముడు మరియు లక్ష్మణుడు ఎక్కడికి వెళ్లినా, అది ప్రస్తుత శ్రీలంకకు వెళ్ళేది కాదు ఎందుకంటే అది భారత ద్వీప కల్పాన్ని దాటడం సాధ్యం కాదు. రావణుడు కూడా సోమ రాశుల పక్షపాతి కాబట్టి అతను సీతను అపహరించిన తరువాత సోమ దేశానికి దూరంగా వెళ్లే అవకాశం లేదు.

హనుమంతుడి జన్మస్థానమేది?

ఈ అంశంపై చాలా చర్చలు జరిగాయి. హనుమంతుడు తమ ప్రాంతం వాడని చాలా ప్రాంతాల వారు ఆధారాలు చూపుతున్నారు. ఇందులో ఏది నిజం అనేది రహస్యంగానే మిగిలిపోయింది. హనుమంతుని జన్మస్థలం కర్ణాటకలోని హంపి ప్రాంతంలోని కిష్కింధగా కర్ణాటక ప్రభుత్వం గుర్తించింది. ఇంతకాలం దక్షిణాది వారంతా నిజంగానే హంపి హనుమంతుడి జన్మ

స్థలంగానే భావించారు. ఈ వాదనల్ని తిరుమల తిరుపతి దేవస్థానం వారు కొట్టివేసి అంజనాద్రి (తిరుమల) లోని జపాలి తీర్థం హనుమంతుడి జన్మస్థానమని నిర్ధారించింది.

కర్ణాటకలోని మరో ప్రాంతం గోకర్ణ హనుమంతుని జన్మస్థానమని మరికొందరు వాదిస్తున్నారు. కర్ణాటకలోని అరేబియా సముద్రం ఒడ్డున అని మరో వాదన కూడా వుంది. మహారాష్ట్రలోని నాసిక్ దగ్గర అంజనేరి పర్వతాలలో జన్మించాడని మరో వాదన తెరపైకి వచ్చింది. గుజరాత్ లోని గిరిజనుల ప్రాంతమైన నవసారి ప్రాంతంలోని అంజనా పర్వతం తో పాటు ఓ గుహ కూడా ఉంది. ఇదే హనుమంతుని జన్మస్థానమని అక్కడి భక్తుల విశ్వాసం. జార్ఖండ్ గుహాలోని ఆంజన్ గ్రామ ప్రాంతం హనుమంతుడి జన్మస్థలంగా అక్కడ ప్రజలు భావిస్తారు. ఇక్కడ అంజనాదేవి ఆలయం ఉంది. వాలి సుగ్రీవుల రాజ్యం ఇదేనని వారి నమ్మకం. హర్యానాలోని తహితల్ ప్రాంతం

ఆంజనేయుడి జన్మస్థలంగా ఆ ప్రాంత వాసులు భావిస్తారు. ఈ ప్రాంతాన్ని కపి కేసరి పాలించాడని హనుమంతుడు ఇక్కడే పుట్టాడని చెబుతారు.

రాజస్థాన్ లో లక్షక గుట్టలు చురు జిల్లా సుజన్ గడ్ సమీపంలో ఉన్నాయి. ఈ లక్షక గుట్టలే హనుమంతుడి జన్మస్థలంగా అక్కడి ప్రజలు భావిస్తారు.

నేపాల్ సప్తరి లోని రాజ్ బీరాజ్ నది వొద్దున వున్న హిందూ దేవాలయంలో శివాలయం తో పాటు హనుమాన్ దేవాలయం వుంది. ఇక్కడే హనుమంతుడు జన్మించాడని అక్కడి వారు భావిస్తారు.

ఇలా భారతదేశ వ్యాప్తంగా హనుమంతుడి జన్మస్థలం పై వివాదాలు, విశ్వాసాలు ప్రబలంగానే వున్నా వాస్తవానికి మనం పరిగణనలోనికి తీసుకోవాల్సినవి రెండే ప్రాంతాలు. కిష్కింధ – తిరుమలలోని అంజనాద్రి.

రామాయణం లో కిష్కింధ ప్రధాన పాత్ర పోషించిన వానర రాజ్యం. వాలీ, సుగ్రీవ, హనుమంతులు అక్కడే దర్శనం ఇస్తారు. కాబట్టి హనుమంతుని జన్మస్థానం కిష్కింధ అని భావించే అవకాశం ఉంది. అయితే తిరుమలలోని అంజనాద్రి పర్వతం వాస్తవంగా హనుమంతుడి జన్మస్థలంగా పండిత పరిశోధకులు నిరూపించే ప్రయత్నం చేసారు.తిరుమలలోని ఆకాశ గంగ సమీపంలో ఉన్న జపాలి తీర్థం హనుమంతుడి జన్మస్థలంగా తిరుమల తిరుపతి దేవస్థానం ప్రకటించింది.

పురాణ సాహిత్య, భౌగోళిక అంశాల్ని పరిగణనలోకి తీసుకొని వారు ఈ ప్రకటన చేశారు. వెంకటాచల మహత్యం, స్కంధ పురాణాలలో హనుమంతుని తల్లి అంజనా దేవి మాతంగ మహర్షిని కలసి తనకు పుత్ర సంతానం ప్రసాదించమని వేడుకున్నట్లు, దానికి ఆయన అంజనాదేవిని వెంకటచలంలో తపస్సు చేయమని సలహా ఇచ్చినట్లు, ఆమె చాలా సంవత్సరాలు తపస్సు చేయగా హనుమంతుడు జన్మించినట్లు పేర్కొన్నాయి. హనుమంతుడు సూర్యుని చూసి పండు అనుకొని వెంకటగిరి నుండి ఆకాశంపైకి ఎగిరినట్లు వెంకటాచలమహత్యం, వరాహ పురాణం స్పష్టంగా పేర్కొన్నాయి.

హనుమంతుని జన్మస్థలాన్ని అంజనాద్రి లో జపాలి ప్రాంతం అని నిరూపించడానికి ఆధారాలుగా 12 పురాణాల్ని ఉదహరిస్తోంది. కంబ రామాయణం, అన్నమాచార్య సంకీర్తనలు ఈ నిజాన్ని నిరూపించడానికి ఆధారమవుతున్నాయి. తిరుమలలో లభించిన 12, 13 శతాబ్దాలకు చెందిన శాసనాల్ని ఆధారంగా చూపారు. కాంచిపురంలోని వరదరాజస్వామి ఆలయంలోని శాసనాలు, క్రీ.శ.1801లో తిరుమల గురించి దక్షిణ అర్కాట్ కలెక్టర్ స్టాటన్ రచించిన సాల్ – ఇ – జవాబ్ (Sawal – e – Jawab) (దీన్ని 1950 లో వి.ఎన్.శ్రీనివాస రావు అనువదించాడు) అనే వాటిని ఆధారంగా చూపించారు.[17]

స్కంధ పురాణంలో అంజనాద్రి విస్తీర్ణం గురించి వివరించబడింది. అంజనాదేవి మాతంగ మహర్షిని వేంకటాచలం ఎక్కడుంది అని ప్రశ్నించగా మాతంగ మహర్షి దీన్ని గురించి పూర్తిగా వివరించాడు. సుగ్రీవుడు హనుమంతుడు మధ్య సంభాషణ ద్వారా హనుమంతుడి జన్మస్థలం కిష్కింధ కాదని వేంకటాచలం అని స్పష్టమవుతుంది. కిష్కింధ లేదా ఇతర ప్రాంతాలేవి హనుమంతుడి జన్మస్థలాలు కావని, తిరుమలలోని జపాలి తీర్థమే నిజమైన హనుమంతుడి జన్మస్థానమని తిరుమల తిరుపతి దేవస్థానం ప్రకటించింది[17]. అంజనాద్రి లో త్రేతా యుగంలో హనుమంతుడు జన్మించినట్లు పేర్కొన్నారు.

శ్రీలంకలో రామాయణ ఆనవాళ్లు

లంకానగరం

అందమైన లంకానగరాన్ని ఖగోళ వాస్తు శిల్పి విశ్వకర్మ స్వయంగా నిర్మించాడు[1]. దేవతల కోశాధికారి అయిన కుబేరుని నిలయం. రావణుడు అతని నుండి ఈ నగరాన్ని ఆక్రమించుకున్నాడు. అప్పటి నుంచి ఈ నగరాన్ని అన్ని విధాల అభివృద్ధి చేశాడు.

ఇది లంబ పర్వత శిఖరంపై నిర్మించబడింది. ఈ పర్వతాన్ని త్రికూట పర్వతమని అంటారు. హనుమంతుడు నూరు యోజనాల సముద్రాన్ని దాటి ఈ పర్వతంపైకి చేరాడు. ఆ లంబగిరిపై నిలబడి అక్కడి అడవుల్ని, వృక్షాల్ని, వివిధ రకాల పూల చెట్లను, వివిధ పక్షులతో నిండివున్న దిగుడు బావుల్ని, పండ్ల తోటల్ని, అనేకమైన సుందర ఉద్యానవనాల్ని హనుమంతుడు చూశాడు. (సుం. 2–9 to 13)

ఆ లంకాపురి చుట్టూ అగడ్తలున్నాయి. పెద్ద పెద్ద విల్లు ధరించి తిరుగుతున్న రాక్షసులు కావలి కాస్తున్నారు. బంగారు పూతతో కూడిన ప్రాకారాలతో సుందరంగా ఉంది. అక్కడ గృహాలు ఉన్నతములై ప్రకాశిస్తున్నాయి. విశాలమైన వీధులు, నూరు కోట బురుజులు, చిత్రితమైన జండాలతో మత్స్య మకరాదుల ఆకారంలో ఉన్న ధ్వజాలతో ద్వార ప్రదేశాలతో ఉన్న ఆ నగరాని హనుమంతుడు చూచాడు. (సుం. 2–20)

బారులు తీరిన మహా భవనాలతో, బంగారు, వెండితో నిర్మించబడిన స్తంభాలు, కిటికీలతో ప్రకాశిస్తూ గంధర్వ నగరం లాగా ఉంది. స్ఫటికమణులతో పొదిగిన ఏడు, ఎనిమిది అంతస్తులు గలిగిన భవనాలున్నాయి. అన్ని భవనాలకు తెల్లని సున్నం వేయబడి ఉన్నాయి. రావణుని భవనం ముందు నాలుగు దంతాలు కల్గిన ఏనుగులతో అలంకరించబడింది (సుం–4–27) లంకానగరానికి పశ్చిమద్వారపు ప్రదేశంలో భద్రకాళి ఆలయం ఉంది. ఇలా ఎంతో మనోహరమైన లంకానగర వర్ణన రామాయణంలో కన్పిస్తుంది.

ఇంతకూ రావణుడి లంక ఏది అనేది నేడున్న పెద్ద ప్రశ్న. రామేశ్వరం నుండి లంకానగరం 100 యోజనాలని రామాయణం చెబుతోంది. హనుమంతుడు 100 యోజనాలు సముద్రంపై ఎగిరి లంక చేరాడు. యోజనమంటే 12 కి.మీ. అంటే రామేశ్వరం నుండి లంకా నగరం 100×12=1200 కి.మీ. ఉందన్న మాట. అయితే రామేశ్వరం నుండి శ్రీలంక ప్రస్తుతం 40 నుంచి 50. కి.మీ. మాత్రమే ఉంది. ఆనాటికి ఈనాటికి ఈ దూరంలో వ్యత్యాసం ఎందుకు ఏర్పడింది.

శ్రీలంకను 1960 సం॥ వరకు అక్కడి ప్రజలు సింహళ ద్వీపమని పిలిచేవారు. విభీషణుడు సప్త చిరంజీవులలో ఒకడని, కలియుగాంతం వరకు లంకను పాలిస్తాడని రామాయణం పేర్కొంది. ప్రస్తుతం ఉన్న లంకలో విభీషణుడి పాలనలేదు. కాబట్టి విభీషణుడు రావణుని లంకను ఒక అదృశ్య కోణానికి మార్చాడని భావిస్తున్నారు. (సుం–24–47)

శ్రీలంక లోని ప్రజలు తరతరాలుగా రావణుడు తమ దేశాన్ని పాలించాడని నమ్ముతారు. రామాయణంలో అనుసంధానించబడిన అనేక ప్రదేశాలు శ్రీలంకలో నేటికి ఉన్నాయి.

వెరగంతోట

సింహళ భాషలో విమానం దిగిన ప్రదేశం అని అర్థం. సీతాదేవిని లంకాపురానికి తీసుకు వచ్చిన మొదటి ప్రదేశం ఇదే. ప్రస్తుతం ఇదొక అరణ్యప్రాంతం. ఒకప్పుడు లంకాపురం ఉన్న ప్రదేశం.

సీత కొట్టువా

అంతే సీతకోట అని అర్థం. సీతాదేవిని రాణి మండోదరి రాజభవనంలో బంధీగా ఉంచారు. ఆ ప్రాంతాన్ని 'సీత కొట్టువా' అని పిలుస్తున్నారు.

గురులు పోత

సీతాకొట్టువా సమీపంలో ఉన్న ఈ ప్రాంతంలో రావణుడు విమాన మరమ్మతు కేంద్రం ఉండేదని నమ్ముతారు. రావణుడి విమానం భారీ నెమలిని పోలి ఉంటుందని రామాయణం వర్ణిస్తుంది. సింహళ భాషలో విమానం అంటే 'దండుమొనగా' దీన్ని ఎగిరేనెమలి అని అంటారు. సింహళంలో పక్షుల భాగాలు అనే అర్థంలో గురులు పోత అనే పేరు వచ్చింది. దీన్ని గవగల అని కూడా అంటారు.

అశోక వాటిక

రావణుడు సీతనుబంధీగాఉంచిన తోట. ఇది 'నువారా ఎలియా' అనే నగరానికి దగ్గరగా ఉన్న సీతా ఎలియా ప్రాంతంలో ఉంది. దీన్ని గురించి విష్ణుపురాణం, వాల్మీకి రామాయణం, తులసీదాస్ రామచరిత మానస్ తో సహ అన్ని రామాయణాలలో ప్రస్తావించబడింది. సుందరకాండ లో దాన్ని గురించిన ప్రస్తావన స్పష్టంగా ఉంది.

ఈ వాటిక చుట్టూ ఉన్న ఇల్లు విశ్వకర్మచే నిర్మించబడ్డాయి అని అంటారు.[18] ఈ వనంలో 'శింశుపా వృక్షం' క్రింద ఉండడానికి సీత ఇష్టపడేది. రావణుడి భార్య మండోదరి ఇక్కడికే సీతను కలవడానికి వచ్చింది. హనుమంతుడు మొదటిసారిగా సీతను కలిసింది కూడా ఇక్కడే.

ప్రస్తుతం ఇక్కడ ఆలయం వుంది. దీనికి వెనుక భాగంలో సీత బస చేసినట్లు చెబుతారు. ఇందులో హనుమంతుని పాదముద్రలు కూడా ఉన్నాయి. వాల్మీకి రామాయణంలో యుద్ధం తరువాత హనుమంతుడు అశోక వాటికను తగుల పెట్టినట్లు ప్రస్తావన ఉంది. అందుకు గుర్తుగా ఇక్కడ నేల నల్లగా కన్నిస్తుంది. దీనికి ఎదురుగా ఉన్న భూమి మాత్రం ఎర్రగా కన్నిస్తుంది. ఇక్కడున్న అశోక చెట్లు సంవత్సరంలో రెండుసార్లు వికసిస్తాయి. వీటిని సీతాఫూల్ అంటారు. వాల్మీకి రామాయణం ఈ అశోక వనాన్ని గురించి మనోహరంగా వర్ణించింది.

"సో 2 పశ్య దూమి భాగాంశ్చ గర్త ప్రసవణాని చ'
సువర్ణ వృక్ష నపరాన్ దదర్శ శిఖి సన్ని భాన్ (సుం –14–38)

(హనుమంతుడక్కడ గోతులతో, ఊటలతో కూడిన భూ భాగాన్ని, అగ్ని లాగా ప్రకాశించే శింశుపా వృక్షాల్ని చూశాడు.)

ఈ వనంలో రావణుడి గొప్ప భవనం ఉండేది. అది వేయి స్తంభాలతో ఎత్తైన కైలాస పర్వతంలాగా తెల్లగా ప్రకాశిసిస్తుండేది. దాని మెట్లు పగడాలతో పొదగబడ్డాయి. వేదికలు బంగారంతో నిర్మించారు. (సుం – 15–16).

అయితే శ్రీలంకలో లభిస్తున్న కొన్ని ఆధారాలు బట్టి నేటి శ్రీలంకనే ఆనాటి రావణని లంక అని నిర్ధరించేవారు భౌగోళిక మార్పుల్ని ప్రమాణంగా చూపుతున్నారు.

భూమిపై నిరంతరం జరిగే ప్రక్రియ కాంటినెంటల్ డ్రిప్టింగ్. ఇవి సంవత్సరానికి 2.5 సెం.మీ. కదులుతాయి. కాబట్టి 2.5 కి. మీ ×2 కోట్ల సంవత్సరాలు = 5 కోట్ల సెంమీ. అంటే 500 కి.మీ. కాబట్టి భారతీయ టెక్టానిక్ ప్లేట్ రామాయణ కాలం నుండి ఇప్పటి వరకు (2022) 500 కి.మీ. ఉత్తరానికి మళ్లింది. అందువల్లే రామేశ్వరం నుండి నేటి లంకకు దూరం తగ్గిందని చెబుతున్నారు.

రామాయణం ప్రకారం హిందూ మహాసముద్రం యొక్క దక్షిణ భాగంలో రావణ లంక, తరువాత భోగవతి నగరం, చివరగా వృషభ పర్వతం (అంటార్క్టికా) ఉన్నాయి.

యూనివర్సిటీ ఆఫ్ విట్వాటర్ రాండ్ (దక్షిణాఫ్రికా)మారిషస్ మరియు బ్రిటిష్ దీవుల చుట్టూ ఒక ఖండం ఉండేదని లావాలో కరగని జిర్కాన్ ఖనిజ్యాలను విశ్లేషించి ధృవీకరించారు.

రావణ లంక పొడవు 1213 కి.మీ., వెడల్పు 363.9 కి.మీ. ఉండేదని వాల్మీకి రామాయణం పేర్కొంది. అయితే అయోధ్య సరయునది ఒడ్డున ఉండని చెబుతూనే వాటి మధ్య

దూరం 1.5 యోజనమంటారు అంటే యోజన మనేది 12 కి.మీ. కాకుండా చాలా తక్కువ దూరాన్ని చూపుతోంది.

లంక అను పదం గీర్వాణ పదం కాదు. అది తెలుగు దేశపు ఆదిమ నివాసుల పదమైయుండును. గోదావరి, కృష్ణా డెల్టా భూములను లంకలు అని నేటికినీ అంటారు. అట్టి లంకయే ఏదోఒక గోదావరి లంకయే రావణుని లంకయైయుండును – అని శ్రీ సురవరం ప్రతాపరెడ్డి గారు అభిప్రాయ పడ్డారు.[19]

10, 11 శతాబ్దాల్లో సోమవంశ రాజైన సోమేశ్వర దేవ తామ్రశాసనం ఒరిస్సాలోని సోనేపూర్ ను పశ్చిమ లంకగా పిలిచినట్లు తెలుస్తుంది. ఈ లంకకు నేడు ఒరిస్సాలో ఉన్న మహేంద్రగిరికి 40 కి. మీ దూరం ఉంది. వరాహమిహిరుని బృహత్ సంహిత ఈ విషయాన్ని ఋజువు పరుస్తోంది.[20]

ఇలా రావణలంకపై గందరగోళం నెలకొని ఉంది. అయితే శ్రీలంక ప్రభుత్వం చూపుతున్న ఆధారాల్ని వాళ్లు టూరిజమ్ ను అభివృద్ధి చేసుకొని లబ్ది పొందే ప్రయత్నంగా చాలా మంది భావిస్తున్నారు. ఎవరేమన్నా అంతో ఇంతో రామాయణానికి దగ్గర ఉన్న ఆనవాళ్లు ప్రస్తుత శ్రీలంకలో లభిస్తున్నాయి.

రావణ గుహలు

ఎల్లాకు దగ్గరలోనే రావణ దేవాలయం రావణ గుహలు, రావణ సామ్రాజ్యంలోని వివిధ ప్రాంతాల్ని కలిపేలా నిర్మించారు. ఇవి పర్వతాల ద్వారా వేగంగా రవాణాచేయడానికి ఉపయోగపడే రహస్య మార్గం. ప్రస్తుతం ఉన్న సొరంగ ముఖద్వారాలు వెలిమడలోని ఇస్తిపుర, హలగల లోని సేనాపిటియ, రంబోడ, లబుకెల్ల, మాతలేలోని వారియపోల, "హసలకలోని సీత కోటువలో ఉన్నాయి.

రావణ ఎల్లా జలపాతం, రావణ ఎల్లా గుహలు, వెల్లవాయకు సమీపంలో ఉన్నాయి. ఈ లోయను ఎల్లా గ్యాప్ అంటారు.

దివురం పోల

సీత తన నిర్దోషిత్వాన్ని నిరుపించుకోవడానికి అగ్ని పరీక్ష చేసిన ప్రదేశం దివురం పోల.

సిగిరియా

దీన్ని లయన్ రాక్ అని కూడా అంటారు. సీతను బంధీగా ఉంచిన ప్రాంతాలలో సిగిరియా కూడా ఒకటి. దీన్నే సింహగిరి అని కూడా అంటారు. శ్రీలంక మధ్య ప్రాంతంలోని ఉత్తర మతాలే జిల్లాలో డంబుల్ల పట్టణం సమీపంలోని పురాతన రాతికోట. ఇది దాదాపు 200మీ (660

అడుగులు) ఎత్తులో ఉన్న ఒక భారీ శిలతో కూడి వుంది. ఇది రామాయణంలో చెప్పిన కుబేరుడి అలకాపురి కావచ్చని లాల్ శ్రీనివాస్, మీరాండో ఓబెశేకర చెప్పారు.

రావణ వధ అనే తాళపత్ర గ్రంథం ప్రకారం, సిగిరియా మయుడు నిర్మించాడు రావణుడి తండ్రి విశ్రవసుడి ఆజ్ఞ మేరకు అతడు దీన్ని నిర్మించాడు. ఆ సమయంలో దీన్ని అలక మండపం అని పిలిచేవారు. కుబేరుడి కాలంలో దీన్ని చిత్రకూటం అని పిలిచారు. రావణుడి వధ తర్వాత విభీషణుడు రాజైనాడు. అతడు రాజధానిని కెలానియాకు మార్చాడు. విభీషణుడి బంధువైన చిత్రరాజు ఈ అలక మండపాన్ని తన నివాసంగా మార్చుకున్నట్లు తెలుపుతుంది.

మున్నేశ్వరం ఆలయం

రాముడు రావణుని వధించిన తరువాత అయోధ్యకు ప్రయాణమయ్యాడు అయితే బ్రాహ్మణుడైన రావణుని వధించడం వల్ల బ్రాహ్మణ హత్యా దోషం పోగొట్టుకోవడానికి మున్నేశ్వరం లో ఉన్న రాముడు శివుని ప్రార్థించాడు. అక్కడ నాలుగు శివలింగాలను ప్రతిష్ఠించమని తద్వారా దోష నివారణ జరుగుతుందని శివుడు చెప్పాడు. అప్పుడు రాముడు నాలుగు శివలింగాలను మనవారి, తిరుకోనేశ్వరం, తిరుకేతీశ్వరం, రామేశ్వరం ప్రాంతాలలో ప్రతిష్ఠించి వాటిని పూజించాడు.

డోలుకొండ

రామాయణంతో సంబంధమున్న మరో ముఖ్య ప్రాంతం దోలుకొండ. యుద్ధంలో గాయపడ్డ లక్ష్మణుడిని రక్షించడానికి హనుమంతుడు మూలికలు తెమ్మని రాముడు ఆజ్ఞాపిస్తాడు. హనుమంతుడు ఆ పర్వతంపై సంజీవిని మూలికలను గుర్తించలేక పర్వతాన్ని ఎత్తుకానివచ్చాడు. ఆసమయంలో ఆ పర్వతం యొక్క ముక్కలు దోలుకొండ, రుమస్యల, రితిగల, తల్లాడి, కిచ్చతీవు అనే ప్రదేశాలలో పడ్డాయి.

రావణుడి శవపేటిక

కెలినియాకు కొద్ది దూరంలో ఎతైన ప్రదేశంలో ఒక పెద్ద గుహ ఉంది. ఈ గుహాలోకి వెళ్లడం చాల కష్టం. దాదాపు 20 సం. క్రితం పశువుల కాపరి ఈ గుహాలో ఒక పెద్ద శవ పేటిక ఉందని అందులో ఒక శవం ఉందని, దాన్ని చూసి భయపడి పరిగెత్తినట్లు అతను చెప్పాడట! అది రావణుడి భౌతిక శరీరమని భావిస్తున్నారు. ఈ శవపేటికచుట్టూ రకరకాల రసాయన లేపనాలు రాసి ఉన్నాయి. ఇదంతా అక్కడున్న నాగ జాతి ప్రజల పని అని అంటారు. శ్రీలంక ప్రభుత్వం దీన్ని వెలుగులోకి తేవడానికి ప్రయత్నించి విఫలమైంది.

శ్రీలంక ప్రభుత్వమే రావణుడున్నాడనడానికి పై సాక్ష్యాలు చూపించి రాజ ముద్ర వేసింది. ఇందుకోసంచాలా కమిటీలువేశారు. పరిశోధనలు చేశారు.

రామాయణంతో సంబంధమున్న శ్రీలంకలోని అన్ని ప్రాంతాలు స్థానిక ప్రజల విశ్వాసాలతో సజీవంగా నిలిచాయి.

పాదసూచికలు

1. చరిత్ర అంటే ఏమిటి – ఇ.హెచ్.కార్ – పుట – 9.

2. వోల్స్, జాక్వెలిన్ హెచ్ – హిస్టారికల్ మెథడ్స్ జనరల్ ఆఫ్ హ్యూమన్ లాక్టేషన్,(సం–2 పుట–34 May–2018)

3. బ్లాచ్ – 1963 – పుట –27 (The Historians craft – New Yark)

4. కార్, EH (1961) పుట – 56, 57. చరిత్ర అంటే ఏమిటి? న్యూయార్క్, విండేజ్ బుక్స్.

5. దా.కె.కె. షిల్లే – దక్షిణ భారత చరిత్ర – పుట – 19.

6. పుట–342, ఉత్తర్రపదేశ్ గెజిటార్స్, వ్యాల్యూమ్ –37

7. పుట–192, Message of the Puranas by. B.B. Paliwal.

8. బ్రహ్మండపురాణం – 18–32–36 ab

9. బ్రహ్మండపురాణం – 160–10–12

10. P.266 ఉత్తర్రపదేశ్ గెజిటార్స్

11. P. 29 ఉత్తర్రపదేశ్ గెజిటార్స్

12. P. 242–ఉత్తర్రపదేశ్ గెజిటార్స్

13. P. 148, Awakend India Vol–88, by Swamivivekananda

14. My Journy of Discovery by Rattan Zutsh

15. P.153 Moor Craft Travels by R.T.Stein.

16. P.353 The Devi bhagavatham retold by Ramesh Menon.

17. Published in Express News on 21/4/2021.

18. వాల్మీకి చారిత్రక రాముడు శాస్త్ర గ్రహి రామ, విశ్వనాథ్ లిమాయే – P. P. 142,189. జ్ఞానగంగా ప్రకాశన్ (1985).

19. రామాయణ విశేషములు – 1– పుట – 222

20. వరాహమిహిర బృహత్ సంహిత – Part-I, P.P.172. (M. Ramakrishna Bhatt mothilal publishers, Delhi – 1981).

ఐదవ అధ్యాయం

రామాయణ కాలాదులు

రామాయణం – ఖగోళ సంబంధమైన కాలాదులు

భారతీయ తాత్విక వ్యవస్థలో సమయాన్ని కాలా అంటారు. 'క' అనే అక్షరం విశ్వం యొక్క విస్తరణను సూచిస్తుంది. 'ల' అనేది లయ లేదా సంకోచనానికి సూచిక.

విశ్వంలోని సృష్టి అంతా లయకు (నాశనానికి) లోబడి ఉంటుంది. విశ్వం స్వయంగా విస్తరణ మరియు సంకోచానికి లోబడి ఉంటుంది.

యుగ అనే పదం 'యు' చేరడానికి మరియు 'గ' కదలడానికి అనే రెండు మూలాల నుండి ఉద్భవించింది. భారతదేశంలో సమయాన్ని సాధారణంగా మూడు విధాలుగా వర్గీకరిస్తారు.

1. మైక్రోటైమ్ (సూక్ష్మ సమయం)

1. లావా – తామర ఆకును కుట్టడానికి పట్టే సమయం

1 మాత్ర – 256 లావాలు

1 బిందు – 1/2 మాత్ర 128 లావా

1. అర్థ చంద్ర – 1/4 మాత్ర 64 లావా

1. రోదిని (Rodhini) – 1/8 మాత్ర 32 లావా

1 నాడ – 1/16 మాత్ర 16 లావా

1 నాదంత – 1/32 మాత్ర 8 లావా

1 శక్తి – 1/64 మాత్ర 4 లావా

1. వ్యాపిక – 1/128 మాత్ర 2 లావా

1 సమాన – 1/256 మాత్ర 1 లావా

1 అన్ మని (Unmani) – 1/256 లాలా నోటైమ్ స్కేల్ కంటే తక్కువ.

ఈ సమయ ప్రమాణం వ్యక్తిగత ఆధ్యాత్మిక అనుభవం ఆధారంగాతాంత్రికులచే అభివృద్ధి చేయబడింది.

II. మెసో టైమ్

మనుష్య సంవత్సరం లేదా మన జీవితంలో మనం అనుభవిస్తున్న మానవ కాల ప్రమాణం. మెసో టైమ్ స్కేల్ లోని ఉప విభాగాలు వాస్తవమైనవి మరియు సాధనాల ద్వారా కొలవదగినవి.

15 నిమేష – 1 కష్ట

30 కాశాలు – 1 కలా

30 కలాలు – 1 క్షణం.

12 క్షణాలు – 1 ముహూర్తం

30 ముహూర్తాలు – 1 అహో రాత్రి (1 పగలు మరియు 1 రాత్రి సమయం – 1 దిన)

15 దిన – 1 పక్షం

2 పక్షాలు – 1 మాసా

6 మాసాలు – 1 ఆమన

2 ఆమానాలు – 1 మానుష్య సంవత్సరం (సూర్యునిచుట్టూ భూమి తిరిగే సమయం)

ఈ విషయాల్ని విష్ణుపురాణం స్పష్టంగా వివరించింది.[1]

(III) స్థూల సమయం

వేదాలననుసరించి 4 యుగాలు.

కలియుగం = 4,32,000 మనుష్య సంవత్సరాలు (సౌర సంవత్సరాలు)

ద్వాపర యుగం = 8,64,000 మనుష్య సంవత్సరాలు.

త్రేతా యుగం = 12,96,000 మనుష్య సంవత్సరాలు.

కృత యుగం = 17,20,000 మనుష్య సంవత్సరాలు (సత్య యుగం)

పై నాలుగు యుగాలలో సత్య యుగం లేదా కృత యుగం మొదటిది. దీని కాలపరిమాణం 432000 X 4 = 1728000 అంటే పదిహేడు లక్షల ఇరవై ఎనిమిది వేల సంవత్సరాలు. ఈ యుగం వైవస్వత మన్వంతరంలో సత్యయుగం కార్తిక శుద్ధ నవమి రోజు ప్రారంభమైంది.

త్రేతాయుగం రెండో యుగం. ఈ యుగంలో శ్రీ రాముడు అవతరించి రావణుడిని సంహరించాడు. ఈ యుగ పరిమితి 4,32000x3 = 12,96,000 అంటే పన్నెండు లక్షల తొంభై ఆరు వేల సంవత్సరాలు. ఈ యుగం వైశాఖ శుద్ధ తదియ రోజు నుండి త్రేతాయుగం ప్రారంభమైంది.

ద్వాపరయుగం మూడవ యుగం. ఈ యుగంలో భగవంతుడు కృష్ణావతారంలో అవతరిస్తాడు. దీని కాల పరిమాణం 432000X2= 864000 అంటే ఎనిమిది లక్షల అరవై

నాలుగు వేల సంవత్సరాలు.

ప్రస్తుతం నడుస్తున్నది కలియుగం. దీని కాల పరిమాణం 4,32,000 సంవత్సరాలు. ఇప్పటికి దాదాపు ఐదు వేల సంవత్సరాలు గడిచిపోయాయి. హిందూ, బౌద్ద కాలమానాలకు ఆధారగ్రంథమైన సూర్య సిద్ధాంత ప్రకారం పూర్వశకము 3102 ఫిబ్రవరి 18 అర్ధరాత్రి (00:00) కలియుగం ప్రారంభమైంది. ఇదే సమయానికి శ్రీ కృష్ణుడు అవతారం చాలించాడని భావిస్తారు.

కలియుగాంతానికి కల్కిరూపంలో భగవంతుడు అవతరించి సత్య యుగ స్థాపనకు మార్గం సుగమం చేస్తాడని పురాణాలు పేర్కొంటున్నాయి.

ఇలాంటి యుగాలు నాలుగు ఒక దివ్యయుగం అంటే నలుబది మూడు లక్షల ఇరవై వేల సంవత్సరాలు. ఇవి ఒక వెయ్యి కలిపితే బ్రహ్మకు ఒక దినం.[2]

స్థూలంగా మన పురాణాలు చెబుతున్న కాల యుగ విభజన ఇది.[3] ఇక్కడ ప్రధానమైన అంశం రాముడు అవతరించిన కాలం గురించి వివరించడం. రాముడు త్రేతాయుగం నాటి నాయకుడు. అందుకే ఆయన వంశ వృక్షంతో ప్రారంభిస్తున్నాను.

శ్రీ రామని చారిత్రక వంశ వృక్షం

వాల్మీకి మహర్షికి చారిత్రక దృక్కోణం లేకపోతే రాముడి వంశవృక్షం గురించి తెలిసే అవకాశం ఉండేదికాదు. రాజ వంశాల్ని నిరూపించడానికి చరిత్రకారులు పడే తపన చూస్తుంటాం. ఓ మహాకావ్యాన్ని నిర్మించిన ఆదికవి వాల్మీకి ఇచ్చిన రాజరిక వంశ వృక్షాన్ని మాత్రం చరిత్రకు పనికి రాదనే వాదన విస్మయానికి గురిచేస్తుంది. వాల్మీకి రామాయణంలోనే కాకుండా తరువాత వచ్చిన అనేక పురాణాలు ఈ వంశ వృక్షాన్ని ధృవీకరించినా, మాకు మాత్రం రాళ్ళపై రాతలు కావాలని భారతీయ చరిత్రకు వాతలు పెట్టడం సరికాదు. భారతీయ సాహిత్యం అంతా ఒకల్పన అని భావిస్తున్నవాళ్ళు గుర్తించుకోవాల్సింది ఒకటి ఉంది. ఏ కవి అయినా కాల్పనిక వర్ణనలతో కావ్య నిర్మాణం సాగిస్తారు. ఆ కల్పనలను, వర్ణనలను తొలగించి, వడబోసి చూస్తే, కన్పించే కావ్య మూలాలు మాత్రం తప్పని సరిగా చరిత్రను సూచిస్తాయి.

మనుష్యులు కోతుల్లాగా ఉండే కాలంలో రాజ్యాలు–రాజులు ఉంటాయా? అని అనుమానించే వాళ్ళు గమనించాల్సిన అంశం, అవి కోతులు కాదని వానరులు అనబడే "వనచరులని" చెబితే చెవులకు ఎక్కించుకోరు. పాఠకులందరికి ఉత్కంఠ కలిగించే వర్ణనలు చేయడానికి వాల్మీకి వాళ్ళను వానరులుగా మార్చి, వారి చేత గంతులు వేయించి ఉండవచ్చు, లేదా వనచరులనే జాతిని వానరులని భ్రమించి కోతులుగా మార్చి ఉండవచ్చు.

భారతీయ పురాణాలు గొప్ప చారిత్రక చరిత్రే అని హెచ్ హెచ్ విల్సన్, ఎఫ్ఈ పార్గిటర్,

అలెగ్జాండర్ కన్ను యింగ్ హోమ్ లాంటి పండితులు పేర్కొన్నారు. పురాణాలను ప్రాచీన భారతీయ చరిత్ర వ్రాయదానికి ఉపయోగించవచ్చని సూచించారు. ఈ పురాణాలు కాలానుగుణంగా పండితులచే నవీకరించబడి భారత దేశ ప్రజలకు అందించబడతాయి.

పురాణాలలో కన్పించే విష్ణువు దశావతారాలు మొదటి నాలుగు అవతారాలలో కొంతభాగం మానవ మరియు మానవేతర రూపాన్ని కలిగి ఉంటాడు. ఈ అవతారాలు అవసరమొచ్చినప్పుడల్లా కన్పించి మాయమవుతుంటాయి. జాతుల సామూహిక విస్తరణ మరియు అంతరించి పోవడం ఈ భూమిపై జరుగుతుంది. 62 మిలియన్ సంవత్సరాల క్రితం అదృశ్యమైన డైనోసార్లు ఇప్పుడులేవు కదా చూపించమని అడిగితే హాస్యాస్పదమవుతుంది. అలాగే మార్మికతతో కూడిన పురాణాలలో చారిత్రక అంశాలు లేవనడం సరికాదు.ఈ కోణంలోనే రాముడి వంశవృక్షం గురించి ఆలోచిస్తే అది చరిత్ర అవుతుంది.

వాల్మీకి తన రామాయణం బాలకాండలో శ్రీ రాముడి వంశవృక్షాన్ని విపులంగా వివరించాడు. ఇదే విషయాన్ని విష్ణుపురాణం కాళిదాసు రఘు వంశంతో పాటు మరికొన్ని పురాణాలు వివరిస్తున్నాయి.

తన వంశాన్ని గురించి వశిష్ఠ మహర్షి తెలియచేస్తాడని దశరథుడు జనకునితో అంటాడు. (బాల–70–15)

రాముడు సూర్య లేదా సౌర్య వంశం అని పిలవబడే ఇక్ష్వాకు వంశం యొక్క 81వ తరంలో జన్మించాడు. ఈ వంశం క్రీ. పూ. 1634 వరకు 64 తరాలపాటు కొనసాగింది. ఈ వంశంలో చివరి వాడైన సుమిత్రను చాణక్యుడి సమకాలీనుడు మహాపద్మనంద చంపాడు. 115వ తరం రాజైన బృహద్బల కురుక్షేత్రయుద్ధంలో పాల్గొని అభిమన్యుని చేతిలో చంపబడ్డాడు.

రఘు వంశం అనేది రఘుమహారాజు (57వ తరం) తరువాత సూర్యవంశం నుండి పుట్టిన ఒక శాఖాపరమైన రాజ వంశం. కొంత మంది రఘువంశ రాజుల గురించి కాళిదాసు తన రఘువంశంలో పేర్కొన్నాడు.

ఇక్ష్వాకు వంశంలో రెండవ తరం లేదా మొదటి రాజు రిషభ. ఒకసారి వేటలో అలసి పోయి చావబోతుండగా, ఒక ఋషి ఇక్షు (చెరకు) రసాన్ని (రసం) అందించి అతన్ని కాపాడాడు. దాంతో అతని స్వరం మధురంగా మారింది. అందువల్ల అతనికి ఇక్ష్వాకు అని పేరు పెట్టారు. అంటే మధురంగా మాట్లాడేవాడు అని అర్థం.

సూర్యవంశం లేదా సౌర వంశానికి చెందిన రిషభుడు ఇక్ష్వాకుడిగా పేరు పొందడంతో అతని వంశం ఇక్ష్వాకు వంశంగా ప్రసిద్ధి పొందింది.

ఇక్ష్వాకు రాజవంశం జాబితా

1. వివస్వాన్ (వైవస్వత) మనువు. ఇతని భార్య పేరు శ్రద్ధా

2. ఇక్ష్వాకుడు. అసలు పేరు రిషభుడు

3. భరతుడు. రిషభుడి కుమారుడు. సూర్యవంశ స్థాపకుడు. వంద మంది సోదరులలో భరతుడు పెద్దవాడు. ఇతనిచాతిచాలా విశాలంగా ఉండడం వల్ల కుక్షి అని పిలవబడ్డాడు.

4. వికుక్షి (షషద్) కుందేలు మాంసం తినేవాడు కాబట్టి షషద్ అని పేరు. చంద్ర వంశ రాజైన పురూరవకు సమకాలీకుడు.

5. బాన్. (రెండవ చంద్ర వంశరాజైన ఆయు, మరియు విజయ-I సమకాలీనుడు).

6. కాకుత్స్న (పురంజయ) లేదా ఇంద్రహోమి లేదాఇంద్రవాహు అని పిలవబడ్డాడు. రెండవ చంద్రవంశ రాజైన ఆయుకి సమకాలీనుడు.

7. అనేనా (అనరణ్య లేదా సుయొధన) మూడవ చంద్రవంశ రాజైన నహుషకు సమకాలీనుడు.

8. పృథు – నాల్గవ చంద్రవంశ రాజైన యయాతి మరియు రాక్షస రాజు వృషపర్వునికి సమకాలీనుడు.

9. విశ్వరంధ్రి (విశ్వగంధి లేదా విశ్వంశహా)

10. చంద్ర (అగ్నిపురాణంలో ఆయు, మత్స్యపురాణంలో ఇందు విష్ణు పురాణంలో ఆద్ర)

11. యువ నాశ్వ–I

12. శాశ్వత్ (సరస్వతి పట్టణ నిర్మాత)(శ్రవంత్ విష్ణు, అగ్ని, హరి వంశ పురాణాలు)

13. బృహదాశ్వ

14. కువలయస్వ లేదా దుబ్దనారా.

15. దృఢస్వ, కపిలాశ్వ, భద్రాశ్వ (అగ్ని, మత్స్యపురాణాలలో దండం, విష్ణు పురాణం, హరివంశ పురాణంలో చంద్రాశ్వ)

16. ప్రమోద్

17. హర్యస్వ (ప్రమోదక లేదా వయార్యస్వ – విష్ణుపురాణం).

18. నికుంభ

19. బహర్ణాశ్వ (ఆఘాన్ నాశ్వ – మత్య్య, హరి వస్నపురాణాలు)

20. గిరితాశ్వ

21. కృశస్వ (అక్రుతాశ్వ – అగ్ని, మత్స్యపురాణాలలో)

22. ప్రసేనజిత్–1 (సైన్యజిత్, రణశ్వ – అగ్నిపురాణం)

23. యువనాశ్వ–2 (గాంధార రాజ్య స్థాపకుడు)

24. మాంధాత (మధురలో లవణా సురునిచే చంపబడ్డాడు) (పరశురాముడు, ద్రుహ్య రాజు అర్బధ, రాక్షసరాజుమధు, మరియు లవణాసురుడు ఇతని సమకాలీనులు) మంధాత కుమారుడు సుగంధి, సుగంధి కుమారులు ద్రవసంధి, ప్రసేనజిత్తు. భరతని కొడుకు అసితుడు. ఇతనికి శత్రువులు హైహయయులు, తాల జంఘులు, శూరులు, శశిబిందులనే వాళ్లు ఉండేవారు. వారితో యుద్ధం చేసిన అసితుడు ఓడిపోయి నగరం నుండి వెళ్లగొట్టబడ్డాడు (బాల–70–25,26)

25. పురుకుత్స – మాంధాత మరియు బిందు మతి పెద్ద కుమారుడు. నాగులు ఇతని సహాయంతో మౌకేయ గంధర్వులను ఓడించారు. ఇందుకు ప్రతిఫలంగా తమ యువరాణిని నర్మదాదేవిని ఇచ్చి వివాహం చేశారు. ఈయన ప్రస్తావన ఋగ్వేదంలో కూడా వస్తుంది. రామాయణంలో శ్రీరాముని ముత్తాత మహాభారతంలో ఆశ్రమ వాసిన్పర్వంలో కూడా ప్రస్తావించబడ్డాడు.

26. వసుద్

27. త్రయదస్య (అగ్ని పురాణంలో సంభూతి)

28. సంభృత్ (విష్ణు, అగ్ని, మత్స్యపురాణాలు)

29. అనరణ్య–1– సంభృత్ లేదా సంభూతి కొడుకు. రాక్షసరాజు రావణుడిచే చంపబడ్డాడు. తన వంశస్థుల చేతిలో చేస్తావు అని రావణుడికి శాపం ఇచ్చాడు. అదే జరిగింది.

30. పూషదశ్వ (విష్ణుపురాణం)

31. హర్యశ్వ

32. సుమన (సుధనవ, వసుమన్, పార్జితర్ – హరివంశపురాణం)

33. త్రిధన్వ (ఇతని మంత్రి విశ్వామిత్రుడు. పరశురాముడు ఇతని సమకాలీనుడు)

34. త్రయరుణి

35. త్రబంధన్

36. సత్యవ్రత లేదా త్రిశంకు (ఇతని కోసం విశ్వామిత్రుడు స్వర్గం సృష్టించాడు)

37. హరిశ్చంద్ర (షహష్ట బహు కార్తి దీర్ఘార్జునిడి సమకాలీనుడు)

38. రోహిత్ లేదా రోహితాశ్వ(కన్యాకుబ్జు లేదా కన్నాజ్ రాజ వంశం ఇతని పాలనలో ముగిసింది)

39. హరిత లేదా హరితశ్వ.

40. కోంఘూర్

41. సుదేవ (విష్ణు, అగ్ని పురాణాలలో చక్షుడు)

42. విజయ (వాల్మీకి ఈ రోజు కాలంలో జీవించాడు. భరద్వాజ మహర్షి సమకాలీనుడు)

43. భారుక్ (విష్ణు, హరివంశ పురాణాలలో రురుక్)

44. ప్రతాపేంద్ర

45. బ్రూక్

46. సుశాంధి

47. బాహుక్

48. భారతం (రామాయణం)

49. అసిత్ (రామాయణంలో కాళింద)

50. సాగర (హైహయ వంశాన్ని నాశనం చేసాడు. ఇతనికి అనేకమంది పుత్రులున్నారు. హస్తినాపురాన్ని నిర్మించిన హస్తికి సమకాలీనుడు)

51. అసమంజష్ – సాగరుని పుత్రుడు. (పాంచాల రాజ్యస్థాపకుడైన అజామిధకు సమకాలీనుడు)

52. అంశుమాన్

53. దిలీప

54. భగీరథ

55. శ్రుత

56. కుకుత్స–2

57. రఘు – 1

58. నాభ (మత్స్య, హరివంశ పురణాలలో నాభాగ్)

59. అంబరీష

60. సింధుద్వీప్

61. అవృతాయి (శ్రుతయు – అగ్నిపురాణం)

62. ఋతుపర్ణి

63. సర్వకర్మ (ఆర్తుపాణి – హరివంశ పురాణంలో)

64. సుదాస్ (మగధ రాజ్య స్థాపకుడు కురు–1 కి సమకాలీనుడు)

65. సౌదాస (లేదా) కల్మషపాద

66. అస్మక

67. ములక (నారకవచ)

68. దశరథుడు –1

69. అద్విత (ఇలాబిత్ – విష్ణుపురాణం)

70. విశ్వమషా

71. అనరణ్య–2

72. నిద్న

73. అనిమిత్ర

74. దులులాహ (హరివంశ పురాణం)

75. కృష కర్మ

76. దిలీప –2 (ఖట్వాంగ – విష్ణు, హరివంశ పురాణాలలో)

77. దీర్ఘబాహు

78. రఘు –2 (ఈ రాజు నుండి రఘువంశం పేరు మొదలవుతుంది.)

79. అజ – భార్య ఇందుమతి

80. దశరథుడు (విదేహరాజు సిరధ్వజ (జనక–2) సమకాలీనుడు)

81. రాముడు (వాల్మీకి రామాయణం, విష్ణు, హరివంశ, అగ్ని, భాగవత పురాణాలు)

82–కుశ

83. అతిథి

84. నిషాద

85. నల (తన మరుగుజ్జును పోగొట్టు కోవడానికి తిరునల్లారుకు వెళ్లినవాడు)

86. నభస్

87. పుండరీక

88. క్షేమ ధన్వన్

89. దేవానిక

90. అహినాగు

91. రూప్

92. దళ లేదా బలాస్థల

93. ఛల్ లేదా అనత్

94. ఉక్య

95. వజ్రనాభ

96. ఖగన్ లేదా శంఖనాద్

97. విప్రతి లేదా వృషితాశ్వ

98. విశ్వసహ – 2

99. హిరణ్యనాభ

100. పుష్య

101. ధృవ సంధి

102. సుదర్శన–2

103. అగ్నివత్స–2

104. శీఘ్ర

105. మారు – 2

106. ప్రసుశ్రుత

107. సుసంధి లేదా సుగంధి

108. వసంత–1

109. అమర్షణ మరియు సహస్యాంది

110. ప్రసేనజిత్ –1

111. తక్షకుడు

112. బృహద్బల (ఇతని 125 సంవత్సరాల వయస్సులో మహా భారతయుద్ధంలో పాల్గొని అభిమన్యుని చేతిలో చంపబడ్డాడు)

113. బృహద్బల కుమారుడు బృహదక్షణ

114. ఊర్ణయక్ష

115. వత్సవ్యూహ

117. ప్రతివ్యోమా

118. దివికర

119. సహదేవ

120. బృహదస్వ

121. భానురథ

122. ప్రతితస్య

123. సుప్రతీత

124– బృహద్బుజ

125. దర్మి,

126. కృతంజయ లేదా ధనుంజయ

127. రణంజయ

128. సంజయ

129. శాక్య

130. శుద్ధోదన్

131. సిద్ధార్థ (గౌతమ బుద్ధుడు)

132. రాహుల (సిద్ధార్ధని కడుకు)

133. ప్రసేనజిత్

134. కహంద్రక

135. కుమదక

136. సురత

137. సుమిత్ర

ఇలా ఈ రాజ వంశం క్రీ.పూ. 1634 – 3138 వరకు పరిపాలించారు. చివరి వాడైన సుమిత్రను మహాపర్మనందుడు చంపడంలో ఈ వంశం ముగిసిపోయింది.

"ఇక్ష్వాకు నామాయా వామ్య: సుమిత్రాన్తో గమిష్యతిహి" – అని విష్ణు పురాణం (IV–22) అని సుమిత్రతో ఇక్ష్వాకు వంశం అంతమైందని తెలుస్తుంది.

వాల్మీకి రామాయణం ద్వారా తెలుస్తున్న రాముని వంశ వృక్షం. బాల – 70 – 16 నుండి.

1. బ్రహ్మ

2. బ్రహ్మ కుమారుడు మరీచి

3. మరీచి కుమారుడు కాశ్యపుడు

4. కాశ్యపుని కుమారుడు వివస్వంతుడు

5. వివస్వంతుని కుమారుడు మనువు

6. మనువు కుమారుడు ఇక్ష్వాకువు.

7. ఇక్ష్వాకువు కుమారుడు కుక్షి

8. కుక్షి కుమారుడు వికుక్షి

9. వికుక్షి కుమారుడు బాణుడు

10. బాణుని కుమారుడు అనరణ్యుడు

11. అనరణ్యడి కుమారుడు పృథువు

12. పృథువు కుమారుడు త్రిశంకువు

13. త్రిశంకుని కుమారుడు దుందుమారుడు (ఇతనికె యువనాశ్వుడని మరో పేరుంది)

14. యువనాశ్వుని కుమారుడు మాంధాత

15. మాంధాత కుమారుడు సుగంధ.

16. సుగంధి కుమారుడు ద్రువ సంధి మరియు ప్రసేనజిత్తుడు.

17. భరతనిని కుమారడు అసితుడు.

(ఇతని శత్రువులు హైహాయులు, తాల జంఘులు శూరులు, శశిబిందువులనే వారు ఇతన్ని ఓడించి నగర బహిష్కరణ చేశారు)

18. అసితుని కుమారుడు సగరుడు

19. సగరుని కుమారుడు అసమంజుడు

20. అసమంజుని కుమారుడు అంశుమంతుడు

21. అంశుమంతుని కుమారుడు దిలీపుడు.

22. దిలీపుడి కుమారుడు భగీరథుడు

23. భగీరథుని కుమారుడు కకుత్సుడు.

24. కకుత్సుని కుమారుడు రఘువు

25. రఘువు కుమారుడు ప్రవృద్ధుడు (కల్మాష పాదుడు)

26. కల్మాష పాదుని కుమారుడు శంఖణుడు

27. శంఖణుని కుమారుడు సుదర్శనుడు

28. సుదర్శనుని కుమారుడు అగ్నివర్ణుడు

29. అగ్నివర్ణుని కుమారుడు శీఘ్రగుడు

30. శీఘ్రగుని కుమారుడు మరువు

31. మరువు కుమారుడు ప్రశుశ్రుకుడు

32. ప్రశుశ్రుకుని కుమారుడు అంబరీషుడు

31. అంబరీషుని కుమారుడనహుషుడు

32. నహుషుని కుమారుడు యయాతి

33. యయాతి కుమారుడు నాభాగుడు

34. నాభాగుని కుమారుడు అజుడు

35. అజుని కుమారుడు దశరథుడు

36. దశరథుని కుమారుడు రాముడు

ఈ వంశంలో 115వ తరానికి చెందిన బృహద్బల కురుక్షేత్ర యుద్ధంలో కౌరవుల పక్షంలో చేరి యుద్ధం చేసి అభిమన్యుని చేతిలో చంపబడ్డాడు.

భరతుని కొడుకు అసితుడు తన శత్రువులైన హైహయులు, తాల జంఘులు, శూరులు, శశిబిందువులనే వారి చేతిలో ఓడిపోయి నగర బహిష్కరణ చేయబడ్డాడని రామాయణం పేర్కొనడం చారిత్రక అంశమే అవుతుంది.

పురావస్తు ఆధారాలు దొరకనప్పుడు, పురాణ సాహిత్యం ఇస్తున్న చారిత్రక అంశాల్ని పరిగణనలోకి తీసుకోవాలి తప్పా, అవి పిట్ట కథలని ముద్ర వేయడం సరికాదు.

అగ్ని, విష్ణు, మత్స్య, హరివంశ పురాణాలలో రాముడి వంశ వృక్షాన్ని సంపూర్ణంగా వర్ణించారు. వాల్మీకి పేర్కొన్న వంశవృక్షం క్లుప్తంగా ఉంది. ఇందుకు ప్రధాన కారణం కావ్య విస్తరణ భీతి కావచ్చు.

రాముడి తరువాత క్రీ. పూ. – 1634 వరకు ఈ వంశం కొనసాగింది. చివరి పాలకుడైన సుమిత్ర మగధ రాజైన మహాపద్మనందుని (చాణుక్యుడు సమకాలీనుడు) చేతిలో ఖండింపబడ్డాడు. "సుమిత్రను చంపలేదు. ఆయన ప్రస్తుత బీహార్ లోని రోత్తాస్ కు పారిపోయాడు" (4)

ఇక్ష్వాకులు ద్రావిడులతో సమానమని అంటాడు ఎఫ్ .ఇ. పార్గిటర్.(5) ఈ అభిప్రాయాన్ని ఘుర్యే ఖండిస్తూ ఇక్ష్వాకులు ఆర్యుల గుర్రపు సైనికులని, ఋగ్వేద ఆర్యుల కంటే ముందే ఇక్కడికి వచ్చారని అంటాడు. పురుషులు ఆర్య తెగవారని ఋగ్వేదం పేర్కొందని వారి నుండి ఇక్ష్వాకు రాజవంశం ఏర్పడిందని ఘుర్యే అభిప్రాయ పడ్డాడు.(6) ఇక్ష్వాకు పాలకుడైన మాంధాత్రి దస్యులను నాశనం చేసినట్లు వర్ణించబడింది. అంతే కాదు వైదిక మతానికి దేవుళ్ళైన అశ్విని దేవతల సహాయం కోరుతుంది.

ఇక్ష్వాకు వంశం నుండి ఏర్పడిన శాక్యవంశం పూర్వీకులు ఆస్ట్రో–ఏషియాటిక్ ముండా జాతుల మూలానికి చెందినదని జయోఫ్రి అంటాడు.(7)

రాముడు ఎప్పుడు జన్మించాడు.

భారతీయ పురాణాలన్నీ రాముడు త్రేతాయుగంలో జన్మించాడని చెబుతున్నాయి. త్రేతాయుగం – ద్వాపర యుగాల పరివర్తన దశలో జన్మించాడని ఇవి సూచిస్తున్నాయి.

త్రేతాయుగే చతుర్విమ్ శే రావణే తపసే: శక్మత్

రామం దాశ్యతతి ప్రాపియే సాగనే శక్య మియువాన్ (70-88)

అని వాయు పురాణం చెబుతోంది.

సంధోతు సమను ప్రాప్తే త్రేతాయాం ద్వాపరిశ్యచ

రామా దాస్రతి దాస్రతిర్భూత్వా భవిషామి జగత్పతి (348. 19)

అని మహాభారతం త్రేతాయుగం – ద్వాపరయుగాల పరివర్తన కాలాన్ని సూచించింది.

చతుర్వింశే యుగే చాపి విశ్వామిత్ర పురే సరే

లోకే రామ ఇతిఖ్యాతే తేజసః భాస్కరోపమ్ (22–104)

అని హరివంశపురాణం చెబుతోంది.

చతుర్వింశే యుగేవత్స్ విశ్వామిత్ర త్రేతాయాం రఘువంశజే

రామోనాం భవిష్యామి చతుర్భాయ సనాతనే (2–2–36–30) అని బ్రహ్మాండ పురాణం సూచిస్తుంది.

సత్యయుగం, త్రేతాయుగం, ద్వాపరయుగం, కలియుగం ఒకదాని తరువాత ఒకటి వస్తుంటాయి. రాముడు 24వ త్రేతాయుగంలో జన్మించాడని పురాణ సాహిత్యాలు స్పష్టం చేస్తున్నాయి.

వాల్మీకి మహర్షి రామ జననం గురించి ఖగోళ సమాచారం అందించాడు.

తతో యజ్ఞే సమాప్తే తు ఋతునాం షట్ సమత్యయః (బాల–18–8)

యజ్ఞం పూర్తి అయిన తరువాత ఆరు ఋతువులు అంటే ఒక సంవత్సరం గడిచింది.

తతశ్చ ద్వాదశే మాసే చైత్రే నావమికే ఆధా నక్షత్రే 2 దితి దైవత్యే స్వోచ్చ సంస్థేషు పంచసు గ్రహేషు కర్కటే లగ్నే వాక్సతా విందునా సహో (బాల–18–8,9)

పన్నెండవ మాసంలో చైత్రమాసం నవమి తిథిలో అదితి దేవతగా ఉన్న పునర్వసు నక్షత్రంలో సూర్యుడు – గురుడు – శుక్రుడు – కుజుడు – శని అనే ఈ ఐదుగ్రహాలు తమ ఉచ్చస్థానాలలో ఉండగా, కర్కట లగ్నంలో గురుడు చంద్రునితో కలసి ఉదయిస్తుండగా కౌసల్యాదేవి రాముడికి జన్మనిచ్చింది.

భరత, లక్ష్మణ, శత్రుఘ్నులు పుట్టుకలు గురించి కూడా నమోదు చేయబడింది.

పుష్యే జాతస్తు భరతో మీనలగ్నే ప్రసన్నధీః

సార్పే జాతోతు సౌమిత్రి కులీరే2 భ్యుదితేరవా (బాల–18–14)

పుష్య నక్షత్రంతో కూడిన తిథిలో, మీన లగ్నంలో నిర్మలమైన బుధీతల భరతుడు జన్మించాడు. సుమిత్ర కుమారులైన లక్ష్మణ, శత్రుఘ్నులు కర్కటకరాశిలో సూర్యుడు ఉదయించిన తర్వాత సర్పం దేవతగా కల ఆశ్లేష నక్షత్రంతో కూడిన దశమి తిథిలో జన్మించారు.

మహర్షి వేదవ్యాసుడు తన ఆధ్యాత్మ రామాయణంలో శ్రీరాముని జన్మసమయాన్ని ఇలా వివరిస్తాడు.

మధుమాసే సీతే పక్షేనవమ్యం, కర్కటే శుభే

పునర్వస్ నక్షత్ర సహితే, ఉచ్చాస్తే గ్రహ – పంచకే

మేషం పూషని సంప్రాప్తే, పుష్ప వృష్టి సమకూలే

అవిరాసీ జగన్నాథ్, పరమ – ఆత్మా, సనాతనః

వసంత రుతువు (చైత్ర మాసం) లో శుక్లపక్షం, నవమి తిథి (9వ తేది తర్వాత) కర్కటకలగ్నంలో పునర్వసు నక్షత్రంలో, సూర్యుడు మేషరాశిలో ఉన్నప్పుడు, గ్రహాలన్ని ఉచ్చస్థితిలో ఉన్నప్పుడు శ్రీరాముడు జన్మించాడు.

ఇలాంటి అంశాలు చరిత్రను నిరూపించడానికి పురావస్తు శాఖ గుర్తించదు. ఈ చారిత్రక సంఘటనల్ని గుర్తించే ప్రయత్నంలోచాలామందిపదవీ విరమణ చేసిన శాస్త్రవేత్తలు, వివిద శాఖలలో పనిచేసిన ఉద్యోగులు ప్రయత్నించారు. పురావస్తుశాఖ భూమి లోతుల్లోకి చూస్తే, వీళ్ళు ఆకాశం (ఖగోళం) వైపు చూశారు. రామాదుల జన్మ వివరాలకు, రామాయణ సంఘటనలకు నక్షత్రాల రుజువులు వాల్మీకి రామాయణంలో చూపించారు. రామాయణం డేటింగ్ కోసం ఉత్తమ గడియారం ఆకాశం మరియు నక్షత్రాల స్థానం అని భారత అణు శాస్త్రవేత్త డాక్టర్ రాజరామన్న గారు అంటారు.

రామాయణ కాలాదులు – శాస్త్రీయత

వాల్మీకి మహర్షి రామకథతో పాటు ఖగోళ అంశాలతో చారిత్రక అంశాల్ని రుజువు పరిచే ప్రయత్నం చేశాడు. రామాయణ సంఘటల నాటి గ్రహగతుల్ని, వాటి స్థానాల్ని తన కావ్యంలో పేర్కొన్నాడు. అంతేకాదు భాగోళికం, కాలానుగుణ సంఘటనలు మరియు రాజవంశావశులు గురించి సమాచారాన్ని అందించి రామాయణ కావ్యాన్ని ఇతిహాసంగా మలిచాడు.

పురావస్తు మరియు సాహిత్య పద్ధతులు తేదీలను మాత్రమే అందించగలవు. రామాయణం సంఘటనల్ని, ఖచ్చితమైన సమయాల్ని నిర్ణయించడానికి శాస్త్రవేత్తలు ఖగోళ గణనలను ఉపయోగిస్తారు. భారతదేశంలోని చాలా మంది ప్రముఖ ఖగోళ శాస్త్రవేత్తలు మరియు అణు శాస్త్రవేత్తలు పురాతన భారతీయ చరిత్రకు సంబంధించిన తేదీలను నిరూపించే ప్రయత్నం చేశారు.

చాలా మంది చరిత్రకారులు రామాయణ సంఘటనలు రుజువు చేయడానికి ఎలాంటి ఆధారాలు లేవన్నారు. రామాయణ పాత్రలు కూడా కల్పితాలని, వాస్తవాలు కాదని ముద్రవేశారు. వాల్మీకి మహర్షి నమోదు చేసిన సంఘటనల్ని ఖగోళ శాస్త్రం ద్వారా నిరూపించడానికి వారికి సాధ్యంకాని పని. ఖగోళశాస్త్రం ద్వారా నిరూపించే పని అంత తేలికైందికాదు. తిథి, వార, నక్షత్రాలు, రుతువులు అనుసరించి మన ప్రాచీనులు సమయ విభజన చేశారు. వేల సంవత్సరాలకు ఒకసారి

సంభవించే ఖగోళ అంశాల్ని దృష్టిలో ఉంచుకొని తేదీలను గుర్తించవచ్చని డాక్టర్. పి.వి. వర్తక్ లాంటి వాళ్లు భావించారు.

రామాయణ యుగంలో జరిగిన ముఖ్య సంఘటనల తేదీలను లెక్కించేదుకు సరైన ఖగోళ ఆధారాలు వాల్మీకి అందించాడు. వీటి ఆధారంగా డాక్టర్. పద్మాకర్ విష్ణు వర్తక్ రామాయణ సంఘటనల తేదీలను నిర్ణయించడానికి తీవ్ర పరిశోధనలు చేసి వాస్తవ రామాయణం అనే పుస్తకాన్ని రచించారు.

క్రీ. పూ. 4600 నాటిదని భావించే తైత్తిరీయ బ్రాహ్మణంలో వాల్మీకి గురించి ప్రస్తావించ బడింది కాబట్టి అంతకు ముందే వాల్మీకి ఉన్నట్లు భావించాలి.

రాముడి వనవాసం గురించి భరతుడు తల్లిపై కోపించే సందర్భంలో 'ఇంద్ర ధ్వజ పతనం' కవి సూచించాడు.

'సంరక్తనేత్ర శ్శిథిలాంబరస్తదా

విధూత సర్వాభరణః పరంతపః

బభూవ భూమౌ పతితో న్నపాత్మజ

శ్శుచీపతే: కేతు రివోత్సవక్షయే – (అయోధ్య-74-36)

శత్రువులకు సంతాపం కల్గించే ఆ రాజకుమారుడైన భరతుడు కోపంతో కళ్ళు ఎర్రబడగా, వస్త్రం జారిపోతుండగా, ఆభరణాలు చిందర వందర కాగా ఉత్సవకాలంలో ఎగురవేయబడ్డ ఇంద్రధ్వజం (జండా) ఉత్సవాంతంలో భూమిపై పడినట్లు భరతుడు నేలపై పడ్డాడు.

ఇలాంటి వర్ణనే ఇంకోచోట కన్పిస్తుంది.

సతు దృష్ట్వారుదన్ దీనః పపాత ధరణితలే

ఉత్థాప్యమాన శక్రస్యయంత్ర ధ్వజ ఇవచ్యుతః (అయోధ్యా-77-3)

దశరథుని చితిని చూసి భరతుడు క్రింద పడిపోయే వర్ణనలో తాళ్ళతో పైకి లాగబడుతున్న ఇంద్రధ్వజం తాడు జారడం వల్ల నేలపై పడినట్లు భరతుడు పడ్డాడు.

రాముడు దూషణుని చేతిలో పరిఘ అనే ఆయుధాన్ని నేల కూల్చేటప్పుడు ఇంద్రధ్వజ ప్రస్తావన వర్ణించబడింది.

భ్రష్టస్తస్య మహాకాయః పపాతరణమూర్ధని పరిఘజ్ఞాన్న హస్తస్య శక్ర ధ్వజ ఇవాగ్రత (అరణ్య-26-14)

అలా చేతులు నరకడం వల్ల ఆ పెద్ద పరిఘ ఉత్సవం తరువాత చేయిజారి నేలబడిన ఇంద్రధ్వజం లాగా రణరంగంలో నేల పడింది.

అశ్వని పౌర్ణమి రోజు నూతన సంవత్సర వేడుకలు జరుపుకుంటారు. ఈ సందర్భంగా జండాలు ఎగురవేస్తారు. అంటే వేసవిలో వస్తుంది. ఈ కొత్త సంవత్సరం వేసవి మరియు వర్షం ఒకేసారి ప్రారంభమవుతుంది. ఈ వేడి, వర్షపు జల్లులు కారణంతో జెండాలు (ఇంద్ర ధ్వజం) పడవుతున్నాయన్న అర్థం అంతర్లీనంగా దాగివుంది. అంటే ఈ వేసవి అశ్వని నక్షత్రంలో చంద్రుడు నిండుగా ఉన్నప్పుడు, స్వాతి నక్షత్రం వద్ద సూర్యుడు వికర్ణంగా ఉన్నాడు కాబట్టి జ్యోతిష్య శాస్త్రం ప్రకారం ఈ కాలాన్ని లెక్కించి అది క్రీ. పూ. 7400 లో సంభవించిన ఘటనగా భావించారు.

రాముడు చైత్రంలో అరణ్యవాసం ప్రారంభించి చైత్రంలో ముగించాడు. అదే నెలలో రామ పట్టాభిషేకం జరిగింది. ఆ తరువాత ఒక నెలకు శిశిర రుతువు ముగిసినాక సీతతో కలసి అశోకవనానికి వెళ్ళాడు (ఉత్తర – 41/18) కాబట్టి వైశాఖ మాసం శిశిరంతో కలిసొచ్చిందని తెలుస్తోంది. శీతాకాలపు ఆయనాంతం వైశాఖంలో సూర్యుడు అశ్వని వద్ద ఉన్నాడు. ప్రస్తుతం శీతాకాలపు అయనాంతం మూలా వద్ద జరుగుతుంది. ఈ విధంగా రామాయణ యుగం నుండి 10 నక్షత్రాల మార్పు జరిగింది. ప్రిసెషన్ ఒక్కో నక్షత్రానికి 960 సంవత్సరాల రేటును కలిగి వుంటుంది. కాబట్టి రామాయణం 9600 సంవత్సరాల క్రితం జరిగి ఉండాలి. అంటే సుమారు క్రీ. పూ. 7600 సంవత్సరంలో జరిగింది.

కిష్కింధ కాండంలో వర్ష బుుతువు గురించి వర్ణన ఉంది. భాద్రపద మాసంలో వర్షాకాలం ప్రారంభమైందని రామాయణం (కిష్కింధా–28/2) చెబుతుంది.

సూర్యునిచే వేడి చేయబడిన భూమి, కొత్త వర్షపు జల్లులచే తడవబడి ఆవిరిని బయటకు పంపుతోంది (కిష్కింధ –26/7)

భాద్రపదాన్ని ముందస్తు బుుతుపవన మాసంగా సూచిస్తుంది. (కిష్కింధ –28/17) ప్రత్యామ్నాయ సూర్యరశ్మి, మేఘాల నీడ ఉందని చెబుతుంది. (కిష్కింధ –28/14) ఇలా రాబోయే వర్షకాలాన్ని వివరిస్తుంది. జూన్ 21 భాద్రపద బుుతుపవనానికి ముందు వచ్చేనెల అంటే అశ్వని, కార్తీక మాసాలలో వర్షకాలం ఏర్పడింది. అందువల్ల అశ్వని పౌర్ణమి వేసవికాలంతో సమానంగా వచ్చింది కాబట్టి ఈ సంవత్సరం క్రీ. పూ. 7400 అని నిర్ధరించారు.

రాముడు వనవాసం వెళ్ళగా అయోధ్యలో జరిగిన వివిధ అంశాల్ని వాల్మీకి చెబుతున్న సందర్భంలో ఖగోళ వర్ణన చేశారు.

త్రిశంకు ర్లోహితాంగశ్చ బృహస్పతి బుధా చపి దారుణా స్సోమ మభ్యేత్య గ్రహ స్స్రేవ్యవస్థితాః (అయోధ్యా–41–11)

త్రిశంకువు, కుజుడు, బృహస్పతి, బుధుడు ఈ పేర్కొనడం లుగు క్రూర గ్రహాలు చంద్రుని దగ్గరకు వచ్చాయి. త్రిశంకువు గ్రహం కాదు ఇక్ష్వాకువుల మూల పురుషుడు, గ్రహాల మధ్య ఉండడం వల్ల క్రూర గ్రహంగా పేర్కొనబడ్డాడు. బృహస్పతి గురులు కుజ గ్రహయోగంచే (క్రూరులయ్యారు).

ఇలాంటి ఖగోళ అంశాల చేత రాముని జననం క్రీ. పూ. 7324 - డిసెంబర్-4 వ తేదీగా డాక్టర్. పి. వి. వర్తక్ నిర్ణయించాడు.

రామాయణ సంఘటనల్ని, రామజన్మ తేదీని నిరూపించడానికి శాస్త్రీయ పద్ధతిని, సాంకేతిక పద్ధతిని అవలంభించిన మహానుభావుడు శ్రీ పుష్కర భట్నాగర్ ఒక సంచలనాన్ని సృష్టించారు.

భారత రెవెన్యూ సర్వీసెస్ కు చెందిన పుష్కర భట్నాగర్ అమెరికా నుండి 'ప్లానేటేరియం' అనే సాఫ్ట్ వేరును సంపాదించాడు. ఇది సూర్య చంద్ర గ్రహణాలు, భూమి నుండి వివిధ గ్రహోల మధ్య ఉన్న దూరాన్ని లెక్కించడానికి ఉపయోగించేవారు. వాల్మీకి తెల్పిన రామాయణ సంఘటనల్ని ఆ సందర్భంలో ఉన్న నక్షత్ర వివరాల్ని 'ప్లానేటేరియం' సాఫ్ట్ వేర్ లో పొందుపరిచారు. తద్వారా రామాయణ సంఘటనలు జరిగిన కాలాదులను నేటి ఇంగ్లీషు క్యాలెండర్ తేదీలను తెలుసుకోవడానికి అవకాశం ఏర్పడింది..

వాల్మీకి రామాయణం ద్వారా రాముడు జన్మించిన సందర్భంలో ఉన్న రాశుల వివరాలివి.

మేషంలో సూర్యుడు, తులారాశిలో శని, కర్కాటక రాశిలో బృహస్పతి, మీనరాశిలో శుక్రుడు, మకరరాశిలో కుజుడు ఉన్నాడు. చైత్రమాసం చంద్రుడు లేని 9వ రోజు. లగ్నం కర్కాటకంలో పెరుగుతుంది. పునర్వసు (మిథన రాశి) పై చంద్రుడున్నాడు. పగటి పూట (మధ్యాహ్న సమయం)

భట్నాగర్ ఈ వివరాలన్నీ ప్లానెటోరియం సాఫ్ట్ వేర్ లో లెక్కించి అద్భుతమైన ఫలితాల్ని పొందారు. ఈ సాఫ్ట్ వేర్ ఖచ్చితమైన వివరాల్ని అందించింది. దీని ప్రకారం రాముడు క్రీ. పూ. 5114, జనవరి, 10వ తేదిమధ్యాహ్నం 12 నుండి 1 గంట సమయం లోపల జన్మించాడని రుజువైంది. భట్నాగర్ కనుగొన్న రోజుకు దాదాపు 7121 సంవత్సరాల క్రితం రామజననం జరిగింది.

భారతీయ క్యాలెండర్ ప్రకారం చైత్ర మాసం, శుక్లపక్షం, చంద్రుని దశ పెరుగుతున్న 9వ దినం, మధ్యాహ్నం 12 గంటల నుండి 1 - గంటలోగా రామ జననం జరిగింది. అందుకే ఆ రోజు శ్రీరామ నవమి ఉత్సవాల్ని దేశవ్యాప్తంగా జరుపుకుంటారు.

రామాయణంలోని సంఘటనల్ని చేధించే ప్రయత్నంలో ముందడుగు వేసిన భట్నాగర్ ఎందరో పండిత పరిశోధకులకు స్ఫూర్తిని నింపాడు. ఆయన రామాయణ తేదీలపై పరిశోధించి ప్రచురించిన పుస్తకం "డేటింగ్ ది ఎరా ఆఫ్ లార్డ్ రామ్" (2004 (ప్రచురితం) చీకటి యుగానికి ఒ వెలుగు నింపింది.

లంకపై దండయాత్రకు కిష్కింధ నుండి బయలుదేరేటప్పుడు రాముడు సుగ్రీవునితో ఇలా అంటాడు.

ఈ దినం ఉత్తరఫల్గునీ నక్షత్రం నా జన్మ నక్షత్రం పునర్వసు నక్షత్రం. ఈ ఉత్తర ఫల్గునే నక్షత్రం నాకు సాధన తార అవుతుంది. ఇది మంచి నక్షత్రం. కాబట్టి విజయం సిద్ధిస్తుంది. అందువల్ల ఈ రోజే ప్రయాణం ప్రారంభిద్దాం అని రాముడు సుగ్రీవునితో అంటాడు. (యుద్ధ –4 –6) రాముడు పునర్వసు నక్షత్రంలోనే జన్మించాడని ఇది బల పరుస్తుంది. రాముడి జననం గురించి స్వయంగా రాముడి ద్వారానే చెప్పించాడు వాల్మీకి. ఇంత కంటే ఖగోళ పరమైన ఆధారాల్ని ప్రపంచంలో ఏ సాహిత్యం అందించి ఉండదు.

చాలామంది ఇదే అంశంపై విశేష పరిశోధనలు చేశారు. అలాంటి వారిలో ప్రఫుల్ల వి. మెండ్కి ఒకరు. భారతీయ ఇంజనీర్, ఖగోళ శాస్త్రం పట్ల అభిరుచి కల ఖగోళ శాస్త్ర వేత్త ప్రఫుల్ల. వి. మెండ్కి తన పుస్తకం ఆస్ట్రానమీ ఇన్ రామాయణం (2015) లో రాముడు క్రీ. పూ. 5649 – జనవరి 1 వ తేది జన్మించి ఉంటాడని తెలిపాడు.

సత్యశారద కందుల, వినయ్ ఝూ, కోచ్, నీలేష్ నీలకంత ఓక్, సరోజ బాల, శ్రీమతి డికే. హేమ హరి మొదలైన వాళ్లు ఈ రంగంలో విశేష కృషి చేశారు.
రామాయణ సంఘటలని ఇలా ప్రతిపాదించారు.

	సంఘటన	పుష్కర్ఝట్నాగర్	నీలేష్ ఓక్
1.	రామ జననం	10–1–5114 BCE	29–11–12240 BCE
2.	వనవాసం – (రాముని వయసు 25 సం॥)	5–1–5089 BCE	20121 BCE –TO–12223 BCE
3.	ఖర – రామ యుద్ధం	7–10–5077BCE	28/3/12210 BCE
4.	రాముడు వాలిన వధించినది	3–4–5076 BCE	22/9/12210 BCE
5.	హనుమంతుడు లంకకు చేరింది	12–9–5076 BCE	27/030/8/12209
6.	హనుమంతుడు లంక నుండి తిరిగి వచ్చింది	14–9–5076 BCE	30–8–12209 BCE
7.	కిష్కింధ నుండి రాముడి దండు బయలుదేరింది–	19–9–5076 BCE	29/9/12209 BCE
8.	రాముడు రావణుడిని వధించినది	30–12–5076 BCE	7/1/12208 BCE

రాముని జన్మ తేదిని ఇలా నిర్ణయించారు.

1. పుష్కర్ భట్నాగర్   – 10–1–5114 BCE

2. పద్మాకర్ విష్ణు వర్తక్ –4–12–7323 BCE

3. నీలేష్ నీల్ కంత టక్ – 29–11–12240 BCE

ఈ పరిశోధకులు నిర్ణయించిన తేదీలుసారూప్యత లేక పోవడం గందర గోళానికి దారి తీసింది.

ఇలా వివిధ రంగాలకు సంబంధించిన శాస్త్రవేత్తలు రామాయణ చారిత్రకను చాటే వివిధ అంశాలను నిరూపించే ప్రయత్నం చేశారు. వాల్మీకి రామాయణం ప్రధానంగా కావ్యం. ఇది రాముడి కథ. రఘువంశానికి చెందిన అయోధ్య రాజు. తరువాత కాలంలో దేవుడిగా పిలువబడ్డాడు. కాబట్టి ఇది శాశ్వతమైన వ్యక్తి కథ. ఎప్పుడో ఒక కాలంలో జీవించిన వ్యక్తి యొక్క కథ కాబట్టి ఇది ఖచ్చితంగా గతాన్ని కలిగి ఉంది. అయితే గతం అంతా చరిత్ర కాకపోవచ్చు. చరిత్రకు ఒక నిర్దిష్ట పద్ధతి, వివరాలు మరియు కాలక్రమానికి సంబంధించిన ఆధారాలు అనుసరించడం అవసరం. ఈ ఇతిహాసం నేరుగా చారిత్రిక అంశాన్ని అందివ్వదు. ఇతిహాసాలు నిజమని నిరూపించే ఆధారాలు, కావ్య గతమైన, ఆధారాలే. అందులో వర్ణించబడ్డ స్థల కాలాదులే ఇతిహసాలు, పురాణాలు సంఘటనలు వాస్తవాలే అని నిరూపించడానికి భౌతిక ఆధారాలు లేవు. మిలియన్ల సంవత్సరాల సంఘటనలకు రుజువులు దొరకడం సాధ్యం కాకపోవచ్చు. కాలప్రవాహంలో కొనసాగుతున్న రామాయణ సంస్కృతిని చరిత్ర కాదని తిరస్కరించడం సాధ్యం కాదు.

మన ఇతిహాసాలు, పురాణాలు వలసవాదులచే మిత్ అని ప్రచారం చేయబడ్డాయి. 'మిత్' అనే పదానికి 'తప్పుడు భావన' అని అర్థం. ఈ భావనలపై జరిగే అధ్యయనాన్ని 'మిథాలజీ' అంటారు. ఈ ప్రాచీన కావ్య సంఘటనలకు రుజువులు కావాలంటే చాల కోణాల్లో శోధించాలి.

ఒకే రామకథకు విభిన్న పద్ధతులలో రచనలు రావడమే ఆ కథ యొక్క చారిత్రకతకు నిదర్శనం. ఆ రచనలలో ఏ ఒక్క రచన కూడా రామాయణం కల్పిత రచన అని చెప్పలేదు. వాల్మీకి ఉపయోగించిన భాష పూర్తిగా సంస్కరవంతమైంది. నాగరిక సమాజం రామాయణ కాలంలో ఉందని చెప్పడానికి భాష కూడా ప్రధాన కారణం. నేటికి రామకథలో వర్ణింపబడ్డ స్థలాదులు స్పష్టంగా కన్పిస్తున్నాయి. ఈ స్థలాన్ని సందిగ్ధంలో పడేసిన మన మేధావులకు దండం పెట్టడం తప్పా మరేమీ చేయలేం.

రాముడు జన్మించిన అయోధ్య, రాముడు విహరించిన చిత్రకూటం, పంచవటి, కిష్కింధ, రామేశ్వరం, వానర సేన నిర్మించిన రామసేతు స్పష్టంగా కన్పిస్తున్నా రామకథకు ఆధారాల్లేవు అనడం అర్థ రహితం అవుతుంది.

వాల్మీకి రామాయణం నేరుగా చరిత్ర చెప్పే కావ్యం కాదు. రామ కథా పరమైంది. వర్ణనలు, అతిశయోక్తులు ఏ కావ్యానికైనా సహజమైన అంశాలు. ఈ వర్ణనల్ని, అతిశయోక్తుల్ని తొలగించి చూస్తే మిగిలిన కథాంశంలో తప్పనిసరిగా చారిత్రక అంశాలు ప్రతిఫలిస్తాయి. ఈ కోణంలో రామాయణాన్ని చూడగలిగితే ఇది చారిత్రక అంశంగా పరిగణనలోకి వస్తుంది. అందుచేతనే ఈ గ్రంథంలో రామాయణ విశిష్టతను అందులో ప్రతిఫలించే సామాజిక, రాజకీయ, భూగోళం, ఖగోళ అంశాల్ని వివరించడమైంది.

పాదసూచికలు

1. విష్ణు పురాణం – 1--3-8 to 10

2. విష్ణుపురాణం TTD publication) పు=7, 8

3. పురాణాలలో కాల ప్రమాణం మరియు యుగవ్యవస్థ (Indica. in)

4. నెట్రాయ్, బిటెక్ –వాల్మీకి రామాయణ సంపుటి–3

5) ప్రాచీన భారత జాతి (రామచంద్రజైన్) పుట –21

6) భారతీయ సామాజిక శాస్త్రం (పిళ్ళె. ఎస్. జీవదాస్) పు–154

(7) cultural Remnanths of the indigenous people in the Buddhist Scriptures – P. P. 166

ఆధార గ్రంథాలు

1. అవధానం రమేష్ :– భారవి రాజనీతి సమీత ఎంటర్ ప్రైజస్, ఏలూరు 2

2. కుందూరి ఈశ్వరదత్తు :– ప్రాచీనాంధ్ర చారిత్రక భూగోళము ఆంధ్రప్రదేశ్ సాహిత్య ఆకా రమి – కళాభవన్, కె హైదరాబాద్

3. కాళిదాస కవి రఘువంశము:– రఘువంశము, తెలుగు విశ్వ విద్యాలయం, హైదరాబాద్

4. కె.ఎస్.ఆర్, కె.ఎ.ఎ. ఆసార్ (కూరు) :– పూర్వగాథల హరి, ఎమెస్కో బుక్స్, దోమలగూడ, హైదరాబాద్

5. దేవరకొండ చిన్ని కృష్ణశర్మ(అనువారో) :– దక్షిణ భారత చరిత్ర, ది మొదరన్ పబ్లిషర్స్, తెనాలి.

6. నీతి అనంతరామ శాస్త్రి కవి శ్రమ భారతం :– కవిత్రయ భారతం – రాజనీతి అరుణా పబ్లికేషన్స్, గుంటూరు

7. ఎమ్. రాజు గోపాల రావు :– జైన ధర్మము, పీరిచంద్ సాలేషా జైన్, గుంటూరు

8. తుమ్మల పల్ల వాణి కుమారి:– రామాయణం – మానవతావికాసం మైత్రేయ ఆర్ట్స్ & ప్రింటర్స్, హైదరాబాద్

9. డా.ఎస్.ఎన్. వ్యాస్ :– రామాయణ కాలంలో భారతీయ సంస్కృతి.

(అను – బాల శేరి రెడ్డి)

10. డా. పామిరెడ్డి దామోదరరెడ్డి – ఈ ప్రాచీనాంధ్ర కావ్యాలు – రాజనీతి ధనలక్ష్మీ ప్రింటర్స్, అనంతపురం

11. డా.డి.సి.రెడ్డి – శ్రీ మదాంధ్ర మహాభారతం రాజనీతి ప్రియ దర్శిని పబ్లికేషన్స్, తిరుపతి

12. డా. సంధ్యావందనం గోదావరిబాయి – భారతం – రాజనీతి విశేషాలు, అనంతపురం.

13. డి.డి. కోశాంఖా :– ప్రాచీనాంధ్ర భారతదేశ చరిత్ర, హైదరాబాద్ బుక్ ట్రస్టు
(అనువాదం – కె బాల గోపాల్)

14. సుందరరాజు రావు. పి :– శ్రీ రామ స్తోత్ర మాల ఆధ్యాత్మక విజ్ఞాన కేంద్రం, అనంతపురం.

15. సురవరం ప్రతాపరెడ్డి:– రామాయణ రహస్యములు ఆంధ్ర సారస్వత పరిషత్, తిలక్ రోడ్డు,, హైదరాబాద్.

16. విద్యాభాస్కర ప్రేమ చంద్రశాస్త్రి :– వేదాల్లో విజ్ఞాన బీజాలు గామల ఆశ్రమ ట్రస్స ప్రచురణ

17. వాల్మీకి –శ్రీ మద్రామాయణము (చలమ చర్ల వేంకట శాస్త్రి వ్యాఖ్యానం) శ్రీ జయ లక్ష్మి పబ్లికేషన్స్, హైదరాబాద్ – 1979.

ఆంగ్ల గ్రంధాలు

1) Anand Neela kantan:– Valmikis Women, West land publishers (2001)

2) Nelesh Nilkanth oak :– Historic Rama

3) Padmakar Vishnu Vartik – Vastav Ramaya (2012)

4) Pushkar Bhatnagar: – Dating the Era of Lord Rama Rupa publishers (2004)

5) K.P. Jayaswal:– Hindu polity, The Banglore Printing & Publishing Co. Ltd., Banglore– (1978)

6) Romila Thapur :– The Past Before us Harvard University Press London (2013)

KASTURI VIJAYAM

SUPPORTS

- PUBLISH YOUR BOOK AS YOUR OWN PUBLISHER.

- PAPERBACK & E-BOOK SELF-PUBLISHING

- SUPPORT PRINT ON-DEMAND.

- YOUR PRINTED BOOKS AVAILABLE AROUND THE WORLD.

- EASY TO MANAGE YOUR BOOK'S LOGISTICS AND TRACK YOUR REPORTING.

www.ingramcontent.com/pod-product-compliance
Lightning Source LLC
LaVergne TN
LVHW031325190726
843493LV00013B/3041